నీకు నువ్వున్నావ్!

ఎప్పటికి..

మామిడిపల్లి శ్రీనివాస్

notionpress
.com

INDIA • SINGAPORE • MALAYSIA

Notion Press Media Pvt Ltd

No. 50, Chettiyar Agaram Main Road,
Vanagaram, Chennai, Tamil Nadu – 600 095

First Published by Notion Press 2022
Copyright © Mamidipalli Srinivas 2022
All Rights Reserved

ISBN 979-8-88555-489-3

భారత్ మాతా కి జై!

ప్రపంచంలో పొటుగాళ్ళు ఎవరో తెలుసా?

"వెన్ను పోటు పొడుచే వాళ్ళు పొటుగాల్ లాగా ఫీల్ అవుతారు"

విషయాలు

"డబ్బుందని డప్పు కొట్టుకుంటూ చెప్పుకోకు,
డబ్బు లేదని డూప్లికేట్ ఐపోకు"

అంకితం :

తల్లిదండ్రులు :

మామిడిపల్లి శంకరయ్య

మామిడిపల్లి శాంతా

నా మాట

ఈ పుస్తకం రాయడానికి గల ముఖ్యకారణాలు నా ముప్పై ఏళ్ళ ప్రస్థానంలో నా వ్యక్తిగతంగా నేను పడ్డ కష్టాలు, ఇప్పటివరకు చూసిన సంగటనలు, ఎదుర్కున్న సమస్యలు, మోయలేనన్ని బరువు, భాధ్యతలు, కొన్ని భరించలేనివి(?) మరియు సహించలేనివి(?) కుడా. కాని నాకే కష్టం అనుకుంటే ఈ పుస్తకాన్ని రచించే వాడిని కాదు. కష్టాలు వస్తేనే కదా మనలో ఎంతా క్యూబిక్ కెపాసిటీ(CC) ఉందని క్లియర్ గా క్లారిటీ వచ్చేది, అంతేకాని కష్టాల్లో పడ్డావు అని బాద పడుతూ కూర్చుంటే ఏమి రాదూ. ఎలా బయటకి రావాలని ఆలోచించి ఆ కష్టం అనే కంచెను తెంచుకొని బయటపడి మల్లి కొత్త జీవితానికి నాంది పలుకు. అలాని మల్లి కష్టాలు రావు అని కాదు, కష్టాలు వచ్చినప్పుడు ఒకరి ముందు తల వంచడం, ఆపద్తే ఒకరి కోసం ఎదురు చూడడం రాకుండా చూసుకోవాలి. ఇంకా చెప్పాలంటే సమాజంలో ఎన్నో అరాచకాలు, ఒక్క పూట భోజనం కోసం ఇంకొకరి కడుపు కొట్టడం, హాస్పిటల్ లో బిల్లులు కట్టలేక ప్రాణాలు కోల్పోవడం, భాధ్యత ఉన్న కూడా అవకాశాలు లేకపోవడం, అవకాశాలు వచ్చిన సద్వినియోగం చేసుకోకపోవడం ఇంకా మరెన్నో, దాదాపు అందరూ "నాకు నేను లేను" అని అనుకుంటున్నారు. ఈ ఆలోచన వల్ల మనిషి తననుతాను అర్థం చేసుకోలేకపోతున్నాడు. ముక్యంగా ఎవ్వరో ఏదో చెప్పారని దాన్ని నమ్మి వాళ్ళు చెప్పింది fact or false అని ఆలోచించకుండా ఫాస్ట్ ఫాస్ట్ గా ఫాలో అయి చివరికి fool ఐపోతారు! దీని వల్ల మనిషి తననుతాను కోల్పోతున్నాడు. మరో విధముగా చెప్పాలంటే కొంత మంది గొప్పవాళ్ళని చూసిన, అనుభవం ఉన్న వాళ్ళు చెప్పిన, ఎన్ని మంచి సినిమాలు చూసిన, ఎన్ని గొప్ప గొప్ప ప్రసంగాలు విన్నా, ఎన్ని అనుభవాలు ఎదురైన, మల్లి అదె తీరు, అదె ఆలోచన. అందుకే ఒక భారతీయ పౌరిడిగా ఎంతో భాధ్యత గా వహించి ఈ పుస్తకాన్ని మీకు అందిస్తున్న. ఈ పుస్తకం చదువుతే మీరు కచ్చితంగా మారుతారు అని చెప్పను. ఎందుకంటే అది మీ పైన ఆధారపడి ఉంటుంది. కాని మీలో ఒక ఆలోచన మొదలవుతుంది ఆ ఆలోచనని ఎలా మలుచుకోవాలో మీ నిర్ణయం. కాని ఆలోచల్ని అఫ్ఫె చేస్తే మారుతారని ఓ నమ్మకం. ఎందుకంటే ఒక మనిషిని మార్చేది మన చుట్టును పరిస్థితులు మరియు మన ఆలోచనలే. ఈ పుస్తకంలో ఒకటో పేజి నుండి అరవై పేజీల వరకు కచ్చితంగా చదవండి, ఒక్క పేజిని కూడా స్కిప్ చేయకుండా చదవండి లేదంటే మీ లైఫ్ లో మీరే ఒక పేజిని స్కిప్ చేసుకునట్టె మరియు మిగుతా పేజీలు కూడా చదవండి. ఈ పుస్తకంలో కొన్ని విషయాలు తెలిసిన, పాటించని వాళ్ళ కి మరో సారి గుర్తుచేస్తున్న, తెలియని వాళ్ళ కి తెలియజేస్తున్న. ఈ పుస్తకంలో కొన్ని మాటలు కూస్తాయి కొన్ని కొస్తాయి.

ఒక సత్యం :

గరిష్టంగా మనిషి తప్పు చేసాం అని సత్యం ఒప్పుకుంటే ఏ సమస్య ఉండదు. ఒక్క నిమిషం ఒప్పుకుంటే తర్వాత నిమిషాలన్నీ నిమ్మలంగా ఉంటాయి. ఎందుకంటే దేనికైనా మన నోటి మాటే ముఖ్యం. అరవడానికి కావాల్సింది నోరే, అవసరానికి కావాల్సింది నోరే. రెండోది ఎంచుకుంటే అన్ని వైపులా వెచ్చుగుంటుంది మరియు అన్ని విధాలుగా వీలుంటుంది.

"ఖాది బట్టలు వేసుకున్న, కాళ్ళకి బాట చెప్పులు లేకున్నా" నీ నోటి మాట ముత్యం గా ఉండాలి. సింపుల్ గా చెప్పాలంటే:

"గుడిసెలో గంజి తాగినా, గూగుల్ లో గోల్ కొట్టినా" నీ మాట తీరే చెపుతుంది నువ్వు ఎలాంటి వాడివని!
"వేసుకునే బట్టలే కాదు, మన మాట కూడా కాస్లీ గా మరియు బ్రాండెడ్ గా ఉండాలె"

ఈ పుస్తకాన్ని చదువుతున్నవారందరికి మిత్రులకు, పెద్దలకు, పాతకులకు, శ్రేయోబిలాషులకు నా కృతజ్ఞతలు తెలియజేస్తునన్నాను.

ఈ పుస్తకంలో మాటలు, కథలు కేవలం కల్పితం.

హెచ్చురిక : ఈ పుస్తకంలో ఉన్న ఏ బాగాన్ని కూడా కొంత లేదా పూర్తిగా గాని కాపీరైట్ పొందిన మరియు ప్రచురణ కర్త(వ్యక్తి) నుండి ముందుగా రాతములకంగా అనుమతి పొందకుండా ఏ ఒక్క బాగాన్ని వాడుకున్నా కాపీరైట్ చట్టరీత్య నేరం.

మామిడిపల్లి శ్రీనివాస్,
9150974848.

5-4-246, నర్శాలపల్లి,
NTPC, రామగుండం,
పెద్దపల్లి – 505215,
తెలంగాణ.

" అర్థం లేని అరుపు, వెలుగు లేని మెరుపు, వ్యర్థం."

"అహాన్ని పెంచుకుంటే, ఆత్మా గౌరవాన్ని కోల్పోతావ్!"

" కొన్ని విషయాలు దాచిపెడుతే అవి విషం గా మారి విముక్తి లేకుండా చేస్తాయి"

ఒక మాట :

అన్ని కుటుంబాల్లో తరుచు వినిపించే ఒక మాట "వాడంటేనే మీకు ఇష్టం లేదా అది అంటేనే మీకు ఇష్టం, నేనంటే మీకు ఇష్టం లేదు", అని వినిపించే మాట ఇది. అంటే ఇంట్లో అమ్మ, నాన్నలు, తమ్ముడు పైన, చెల్లి పైన ఎక్కువ ప్రేమ చూపిస్తే అన్నయ ఫీల్ అవుతాడు, అదే అన్నయ్య పైన ఎక్కువ ప్రేమ చూపిస్తే తమ్ముడు, చెల్లి ఫీల్ అవుతారు. అదే అన్నయ్య పైన, తమ్ముడు పైన ఎక్కువ ప్రేమ చూపిస్తే చెల్లి ఫీల్ అవుతుంది. వీళ్లందిరి పైన ఎక్కువ ప్రేమ చూపిస్తే అక్క ఫీల్ అవుతుంది. కదా!

నేను చెప్పేది ఏంటంటే ముందుగా "నిన్ను నువ్వు ఇష్ట పడు, ప్రేమించుకో, గౌరవించుకో." ఆ తర్వాత నిన్ను ఎవ్వరు ఇష్ట పడకున్న, ప్రేమించకున్న, గౌరవించకున్న" నువ్వు చాలా సంతోషం గా ఉంటావ్! అలా నిన్ను నువ్వు ఏంటో తెలుసుకో, ఆ తర్వాత "ఫీల్" అనే పదమే ఫుల్లుగా ఫీల్ అయి, ఫూల్ అయిపోద్ది.

నీకు నువున్నావ్! ఎప్పటికి.,

ముందుగా ఒక్కసారి మీకు మీరు "నాకు నేనున్నాను" అని స్మరించుకొండి!

"నీకు నువ్వున్నావ్ అంటే నీతో నువ్వున్నావ్"

జీవితం అంటే ఒక పోరాటం, గుమ్మం నుండి గమ్యం వరకు ఆరాట పడుతూ చేసే ఒక పోరాటం!
గుమ్మం లో ఉన్న నీ అడుగు గమ్యం లో వెయ్యాలంటే ఒక యుద్ధమే చెయ్యాలి!

గుడిసెలో నివసించేవాడు బుక్కెడు భువ్వ కోసం, వేసుకునే గుడ్డ కోసం,
గుటికెడు నీళ్ళ కోసం తపన పడేవాడు గూగుల్ లోకి ఎక్కాలంటే..
ఎన్నో అవసరాలు,
ఎన్నో కష్టాలు,
ఎన్నో ఎదురుదెబ్బలు,
ఎన్నో అవమానాలు,
ఎన్నో కన్నీళ్లు,
ఇంకా ఎన్నో భరించలేనివి, సాహించలేనివి కూడా!
ఇవన్ని ఓపికతో ఎదుర్కొని దాటాగలిగితేనే నీ అడుగు గమ్యం లో వేయగలవు. లేదు నావల్ల కాదు నేను
ఇన్ని కష్టాలు భరించలేను అని అనుకుంటే ఏది జరగదు.

"ఒక మత్స్యకారుడు కూడ చేపలు పడవు అని వల నీళ్ళలో వేయడు, పడుతాయనే నమ్మకం తోనే వల
నీళ్ళలో వేస్తాడు, ఒక వేళ చేపలు పడక పోయిన వలను మాత్రం వదలడు"
అందుకే ఎలాగో జరగవు కదాని ప్రయత్నించకుండ ఉరికే ఉండకు.
ఎందుకంటే!
"గడ్డపారా వేస్తే గాని కదలని భూమి ఒక చిన్న గడ్డిపారక భూమిని రెండు ముక్కలుగా చేసి మొక్కగా
మొలుస్తుంది"
అందుకే చెప్పన్నా నా వల్ల కాదు అని అనుకుంటే ఎవడో వల్ల అవుద్ధి, అప్పుడు ఎంత గింజుకున్నా గింజే
కూడా మిగలదు చివరికి గంజే మిగులుద్ధి. అలాని అనుకున్నవన్నీ కూడ జరగవు.
ప్రయత్నించి చూడు మహా అయితే "ఓడితే రాజువి, గెలుస్తే మహా రాజువి"!

మనిషి పుట్టింది ఎందుకో తెలుసా?
చావడానికి!

కొంత మందికి చావు అంటే చచ్చేంత భయం, ఇది నిజం!
మనిషి పుట్టింది చావాడానికే ఇది సత్యం మరియు తద్యం!

ఈ పుట్టడం(   ) చావడం మధ్యలో గ్యాప్ ఉంది కదా ఎవ్వడో వచ్చి మన పాయింట్ బ్లాక్ లో గన్ పెట్టి భేదిరించినట్టు ఉంటుంది ఆ గ్యాప్ మొత్తం. అది కూడా లైసెన్స్ లేని గన్ తో వాడు షూట్ చేయాడు మనన్నీ చావానివ్వడు. అదే గన్ నీ చేతిలో ఉంటె, దానికి లైసెన్స్ ఉంటె ఎంత బాగుంటుంది. ఒక్కసారి ఆలోచించు గన్ కొనుక్కో దానికి లైసెన్స్ తీసుకో నీ గ్యాప్ ని నువ్వే ఫిల్ చేసుకో. ట్రిగ్గర్ మధ్యలో ఉన్న గ్యాప్ ని ఒక్క ఫింగర్ తో ఎలా ఫిల్ చేస్తామో అదేవిధముగా నీ లైఫ్ గ్యాప్ ని నువ్వే ఫిల్ చేసుకో. గన్ నీదే, లైసెన్స్ ఉంది, అందులో ఉన్న బుల్లెట్స్ నివే. అప్పుడే నీ లైఫ్, నీ కంట్రో లో, నీ చేతిలో, నీ గుపుట్లో ఉంటది. ఫిక్స్డ్ డిపాజిట్ కి ఎక్స్పైరీ ఉంటుంది కాని, నీ చేతిలో గన్ ఉంటె నీ లైఫ్ కి ఎక్స్పైరీ అనే పదమే ఉండదు.

కష్టాలు/భాదలు

నాకే ఎందుకు ఇన్ని కష్టాలు/ఇన్ని బాధలు నేను భరించలేను, చచ్చిపోతా అని ఎప్పుడు, ఎక్కడ, ఎవ్వరు అనుకోవద్దు.

నాకు ఈ కష్టం వచ్చింది కాపాడడానికి ఎవ్వరో వస్తారు, నాకు ఆ సమస్య ఉంది ఆదుకోవదానికి ఆపాత్బాందువుడు వస్తాడు అని ఆలోచన కూడా రానివద్దు.

నీకు నువ్వున్నావ్ అంటే నాకు నేనున్నాను అని ఒక్క సారి సంకల్పించుకో! ఆ శిఖరాన్నే శిల్పంగా మార్చే సత్తా నీలో ఉంది.

ముఖ్యంగా చెప్పాలంటే మన జీవన శైలిలో కష్టాలు/బాధలు అనేవి ఎవ్వరో వచ్చి మనపై కుమ్మరించి పోరు నూటికి 95% మనకి మనమే ఏరి, కోరి సెలెక్ట్ చేసుకొని మరి వెల్కమ్ చెప్పుకున్నవే. మిగిలిన 5% మాత్రం అనుకోని సంగటనలు, నమ్మి మోసపోవడం మరియు మొసగించడం.

ఇక పోతే 95% తో వచ్చే కష్టాలు /బాధలు ముఖ్యంగా రెండు కారణాల వల్లే
మొదటిది అహంకారం, రెండోది బద్ధకం:
అహంకారాన్ని విడిచిపెట్టు, బద్ధకాన్ని బొంధపెట్టు.

"అహం" అనే పదం నీ జీవితాన్నే అణిచి వేసి నీ జీవితంలో నుండి "జీవితం" అంతమై "లో" అంటే లొంగి పోయి "లోయలో" పడిపోతావ్!

"ఈగో" తోని ఒక్క ఈగను కూడా చంపలేము, కాని మన జీవితాలను నాశనం చేసుకోవచ్చు"
"బద్ధకం" నీకు బుద్ధి లేకుండా చేసి నిన్ను బూడిదలో కలిపేస్తుంది.

ఇప్పుడున్న జనరేషన్ లో కష్టాలు /బాధలు గురుంచి తెలుసుకుందాం కొన్ని వింత వింత గా గమ్మత్తు గా ఉంటాయి.

ప్రపంచం లో ప్రతి మనిషికి కష్టాలు/బాదలు రావడం సహజం మరియు అది తద్యం. కష్టం వచ్చిందని కాటికి వెళ్ళాలని conclusion కి రాకు.. కష్ట పడు కష్టానికే కష్టం అనిపించేలా కష్ట పడు, కష్టమే అలిసిపోయేల కష్టపడు, కష్టమే కాటికి వెళ్ళేదాకా కష్టపడు, అంతే కాని నాకు కష్టం వచ్చింది, కష్టపడుతే నాకు చెమటలు వచ్చినై, కాటి నుండి కాల్ వచ్చింది, ఇన్విటేషన్ వచ్చింది అని కలలో కూడా కల గణకు.(కష్టపడుతే చెమటలే వస్తాయి మూడ్ రాదు) కష్టం ఎందుకు వచ్చింది? ఎలా వచ్చింది? నీలో క్యూబిక్ కెపాసిటీ ఎంతా? 100cc, 150cc, 250cc, 350cc, 500cc? ఎంతా? అని కూల్ గా ఆలోచించి క్లారిటీ తెచ్చికొని కసితో కుండ బద్దలు కొట్టి కష్టాన్నే కాటికి పంపు. టైం వచ్చినప్పుడు నీకు ఇష్టం లెకపోయిన, కష్టమైనా కాటి నుండి కాల్ లేదా ఇన్విటేషన్ కచ్చితంగా వస్తది. ఇందులో ఎలాంటి మార్పూ ఉండదు.

నీకేం కష్టం వచ్చిందని బాధపడుతున్నావ్! నీ భార్య, కూరలో సరిపడా ఉప్పు వెయ్యలేదన? లేదా non - veg లో మసాలా తక్కువైందని బాదన? లేక నీ లవర్ ముద్దు ఇవ్వలేదని బిగించుకొని కూర్చొని బాధపడుతావా? మరి? జుట్టు రాలుతుందని బాదన? రాలిన జుట్టు మళ్ళి తిరిగి రాదని బాదన? ఒకవేళ వచ్చిన జుట్టు తెల్లగా అయిందని బాదన? మొబైల్ లో బ్యాలన్స్ అయిపోయిందని బాధ, birthday సెలబ్రేషన్ సెన్సేషన్ గా చేసుకోలేదని సిమ్ ఐపోతావ్, పెదాలకి lipstick కొనివ్వలేదని ఆఫీస్ కి కాల్ చేసి ఆర్గుమెంట్ చేస్తావ్, వేసుకున్న నెక్లెస్ చమక్ చమక్ మేరువలేదని చెంప మిద కొడుతావ్, Marriage డే జరుపుకోలేదని మ్యూట్ ఐపోతావ్, ఫంక్షన్ కి వెళ్ళలేదని నిన్ను నువ్వే ఫూల్ చేసుకొని బాధపడుతావ్, వెళ్ళిన ఫంక్షన్ కి compliments రాకపోతే కుంగిపోతావ్. అంటే ఒక మనిషి బ్రతకాలంటే ఇన్ని బాధలు పడాలి కాని ఆ బాధల్ని బద్దలు చేయడానికే ఉన్నదే "బాధ్యత మరియు సహనం" అనే మూడు అక్షరాలు. అన్ని బాధల కంటే మనశాంతి లేని, నిద్రలేని బాధ, ఆ బాధ పేరే "అప్పు". అప్పులు చేసి కట్టలేక బాధపడుతున్నావా? మరి అప్పులు ఎందుకు చేసావ్? నేను చెప్పనా, పది మంది మెప్పు కోసం.

అవును మీరు చదివింది నిజమే, గరిష్టంగా మనిషి చేసేది, బ్రతికేది ఎదుటి వాళ్ళ కోసమే. వాళ్ళు నన్ను చూసి వావ్, సూపర్ అనాలి లేదా ఈర్ష పడాలి.

ఉదాహరణ : ఎదుటి వాళ్ళు లేదా తోటి వాళ్ళు మంచి మంచి కాస్లీ బట్టలు వేసుకున్నారు, చీరలు కట్టుకున్నారు, నగలు పెట్టుకున్నారు, ఐ ఫోన్ పట్టుకున్నారు, Royal Enfield నడుపుతున్నారు, కారులో తిరుగుతున్నారు. మరి నేనెందుకు వేసుకోకుడదు, పట్టుకోకుడదు, నడపకుడదు అని మెంటల్ గా ఫిక్స్ అయి నీ దగ్గర కొనే స్తోమత లేకున్నా వేరే వాళ్ళ దగ్గర కాళ్ళ వెళ్ళ పడి అప్పు తీసుకొని మరి చూపించుకుంటావ్. దీన్నె పోల్చుకోవడం (comparison) అంటారు. అంటే మానవ నైజం, దిన్నె మానసిక రోగం లేద మానసిక బలహీనత కూడ. తనను తాను అప్పటికప్పుడు ఉపశమనం చేసుకోవడం. (కోడి బూడిదలో బొర్రి మళ్ళి వెంటనే దుల్లుకుంటది చూడు ఆలా అన్నమాట).

ఒకర్ని చూసి /ఎదుటి వాళ్ళని చూసి మారాకండి, అలాగని నా జీవితం నా ఇష్టం ఎలాగైనా బ్రతుకుతాను అంటే కూడా కుదరదు. ఎందుకంటె రెడ్ సిగ్నల్ పడుతే ఆగిపోవాలి, గ్రీన్ సిగ్నల్ పడుతే నిదానంగా వెళ్ళాలి.

ఉదాహరణ : ఆపిల్ పండును చూసి అరటి పండు మారాదు, అరటి పండును చూసి ఆపిల్ మారాదు. ఈ రెండు పండ్లను చూసి ఉసిరికాయ అస్సలే మారాదు. ఇందులో రెండు తీపి రకం మరొకటి చేదు రకం. అరటి పండును తింటే తొందరగా ఎనర్జీ ఫార్మ్ అవుతుంది, శుభకార్యాలకి ఉపయోగపడుతుంది కూడా. మరి ఉసురికాయ పచ్చళ్ళకి వాడుతారు, దేవుడికి దీపం వెలిగించడానికి ఉపయోగిస్తారు. రెండు 10 రూ /- రెండు వస్తాయి. కాని ఆపిల్ పండు మాత్రం పది రూపాయలకి సగం కూడా రాదు. (కొందరు డ్రింక్ చేసేటప్పుడు ఆపిల్ పండును స్టఫ్ గా కూడా తింటారు). అరటి పండు ఆపిల్ పండును చూసి "నువ్వు ఎర్ర గా నిగ నిగ లాడుతావు ఎక్కువ గా డబ్బులు ఉన్నవాళ్ళే కొంటుంటారు అని అనదు. అదేవిధముగా ఆపిల్ పండు అరటి పండును చూసి "నువ్వు యంటి బయోటిక్(పసుపు) కలర్ లో ఉంటావు పైగా నిన్ను ప్రతి ఒక్కరు కొంటారాని అనదు. ఉసురికాయ, అరటి పండును ఆపిల్ పండును చూసి మీరు తీపిగా ఉంటారూ నేనెమో చేదుగా ఉంటాను పైగా చాలా అరుదుగా వస్తాను, కొంత మందె కొంటుంటారు. అని ఇలా ఏ పండు అనుకోదు.

ఆలోచించండి ఆపిల్ పండు లాగా కాస్ట్లీ గా ఉంటారో, అరటి పండు లాగా ఎనర్జీ గా ఉంటారో లేదా ఉసురికాయాలాగా ఊరుతారో మీ నిర్ణయం.

ఏ పండైన ఉపయోగమే చివరికి రేగే పండు కూడా!

మంచి వాళ్ళ కే కష్టాలు వస్తాయి అని అంటుంటారు చాలా మంది, అంటే కష్టాలు లేని వాళ్ళు చెడ్డ వాళ్ళా ?

ప్రతి ఒక్కరికి కష్టాలు వస్తాయి అందులో మంచివాళ్ళు , చెడ్డ వాళ్ళు అని ఉండదు. కష్టం వచ్చినపుడు ఒపికతోని కష్టం అనే కంచెను దాటుతేనే నువ్వు భలవంతుడువి అని అర్ధం.

అంతే కాని నేను మంచి వాడిని, అందుకే నాకు కష్టం వచ్చింది అని అనుకోని జీవితకాలం కష్టమనే కంచెలో కూర్చీ వేసుకోని కూర్చొని కాలక్షేపం గడపకు. మూర్ఖుడివి అని అర్ధం.

ఇక శుభకార్యాల విషయానికిస్తే నలుగురు వస్తారు, పది మంది చూస్తారు కాబట్టి వాళ్ళు ఏమనుకుంటారో, నవ్వుతారో, అలుగుతారో, గులుగుతారో సోలుగుతారో అని మి దగ్గర ఉన్న డబ్బు సరిపడా లేకుంటే అప్పు తెచ్చి మరి శుభకార్యానికి శుభం పలుకుతారు.

కొన్ని రోజుల తర్వాత చెవ్విలో శంఖం మొగుద్ధి, అప్పు ఎలా కట్టాలి? అని ఆలోచన మొదలవుద్ధి.. ఎందుకు అప్పు చేశాను అని బాధపడుతావా? లేదు ఎవరికోసమైతే చేసావో వాళ్ళ దగ్గరికి వెళ్ళి " మీరు నన్ను వావ్, సూపర్ అనాలి ఇంకా మీరు ఏమనుకుంటారో నవ్వుతారో, అలుగుతారో, సోలుగుతారో గులుగుతారో అని మీ కోసమే అప్పుతెచ్చి అంత గ్రాండ్ గా చేసాను కొంచం అప్పిస్తారా? అని అడుగుతావా? అందుకే చెపుతున్న ఎవరో ఏదో అనుకుంటారని నువ్వేదో అనుకోని "అప్పుల పాలు అవ్వకు లేదంటే పప్పు కూడా మిగలదు"

"నలుగురి కోసం నాటకాలు, పది మంది కోసం వేషాలు, ఇవి కొన్ని గంటలకి పరిమితం మాత్రమే తర్వాత గుడిలో గంట మొగకముందే క్షణ క్షణం మన గంటలు పగిలిపోతాయి"

"అప్పుల్లో కూరకుపోయావంటే ని కంటికి కునుకు అనే కనెక్షన్ కట్ అవుద్ధి"

ప్రతి ఒక్కరికి ఉంటుంది గొప్పగా బ్రతకాలి, హుందాగా ఉండాలని, సెలబ్రేషన్స్ గ్రాండ్ గా జరుపుకోవాలని.

ఎందరో ఎనెన్నో మాటలు అంటారు, అవన్నీ పటించుకోకు, అంతెందుకు "టీం ఇండియా ఒక చిన్న టీం పైన ఓడిపోతే నువ్వుకూడా అనుకొనే ఉంటావ్ " ఇజ్జత్ పోయింది రా, మన ఇజ్జత్ తీసింది రా టీం ఇండియా" గా చిన్న టీం పైన ఓడి పోయింది రా అని అనలేదా! కాని నెక్స్ట్ టైం అదే టీం పైన గెలిచి చూపించింది హై రన్ రేట్ తో. ఓపికతో ఉండి, సంపాదించి, ఎదిగి చూపించు కాని ఓడిగే ఉండు.

"సంపాదన లేనప్పుడు సైలెంట్ గా ఉండు, సంపాదన పెరిగినప్పుడు సింపుల్ గా ఉండు"

మొత్తానికి "స్టైల్ కొట్టు కాని ఎతుల్ కొట్టకు"

ఒక మనిషి 100 రూ/- సంపాదిస్తే, 50రూ/- దాచుకొని మిగితా 50రూ/- ఖర్చు పెట్టేవాడ్ని స్టైల్ కొట్టే వాడంటారు.

ఒక మనిషి 100 రూ/- సంపాదిస్తే, మొత్తం 100రూ/- ఖర్చు పెట్టేవాడ్ని ఎతుల్ కొట్టే వాడంటారు.

ఒక విధముగా చెప్పాలంటే

"ఉన్నోడు స్టైల్ కొడుతాడు, లేనోడే ఎతుల్ కొడుతాడు" ఎందుకంటే వాడికి ఉన్నది కాబట్టి చూపించుకుంటాడు, మరి లేనోడు లేని పోనీ ఎశాల్ ఎసి చూపించుకుంటాడు.

"నలుగురికి నచ్చింది చెయ్యకు, నువ్వు చేసేదే నలుగురికి నచ్చేలా ఉండాలి"

అప్పుడే కదా నీలో కొత్త కొత్త ఆలోచనలు పుట్టుకస్తాయి నువ్వు అలగ్ అని అర్థం.

చాల మంది ఒక చిన్న పనిని చాలా ఈజీ గా తేలికగా తీసుకుంటారు ఒక్క నిమిషమే కదా! చిన్న పనే కదా "అంతే" కదా అని అనుకుంటావ్ కానీ ఆ "అంతే" లోనే ఉంది "అంతా" అని అనుకునే లోపే "అంతా" అందనంత దురమైపోద్ధి.

చిన్న చిన్న పనులే మన గుణాన్ని, మన ప్రవర్తనని తెలియజేస్తుంటాయి.

"చిన్న పనే కదా, వీడు చిన్నోడే కదా, మంచివాడు కదా, అమాయకుడు కదా, అని చిన్నగా చూస్తే, నువ్వు చిన్నతనం ఐపోతావ్!"

ప్రొద్దు, ప్రొద్దున్నే లేవాలంటే బద్ధకం, అలారం మోగినాకా కూడా ఆఫ్ చేసి మల్లి పడుకుంటాం ఒక "ఐదు" నిమిషాలే కదాని. కాని తొమ్మిది, పది గంటలు ఐయ్యే వరకు గాని లేవము. ఒక్కటి గుర్తుపెట్టుకో ఆ ఐదు నిమిషాలు నీది కాదానుకుంటే ఆ రోజు మొత్తం నీ చేతుల్లో ఉంటుంది. లేదు ఆ ఐదు నిముషాలు నాదే అనుకుంటే నీ చేతిల్లో ఏది ఉండదు.

"ఐదు నిమిశాలా నిద్ర, ఐదు నిమిశాలా సుఖం రెండు ఒక్కటే"

ఒకటి గమనించారా అప్పట్లో హోటెల్స్ ప్రొద్దున్నే 5:00 లేదా 5:30 గంటల కల్ల ఓపెన్ చేసి టిఫిన్ రెడీ గా ఉండేది కాని ఇప్పుడు 7:30 దాటుతే కాని ఓపెన్ చెయ్యట్లేదు.
అంటే మొదటిది బద్ధకం రెండోది టెక్నాలజీ. అంటే టెక్నాలజీ తో వచ్చినా బద్ధకం.

సమాజం టెక్నాలజీ వల్లా చెడుపోతుందా ? ఐ మీన్(I Mean) మొబైల్, టీవీ, సినిమాలు, షికార్లు, లేట్ నైట్ పార్టీస్ వీటి వల్ల చెడు పోతుందని అనుకుంటున్నారా ? ఒఫ్కోర్స్(of course) బట్! వాటిని ఎలా, ఎంత వరకు ఉపయోగించుకోవాలనేది మన మైండ్ సెట్ పైన డిపెండ్ అయి ఉంటుంది.
నీ మైండ్ సెట్ ఎలా ఉంటె ఔట్పుట్ అలా వస్తుంది. టెక్నాలజీ అనేది డెవలప్మెంట్ కోసం ఉపయోగించుకోవాలి అంతే కాని లైఫ్ లో డెవలప్మెంట్ అనే పదం destroy (సర్వ నాశనం) అయ్యేలాగా యూస్(use) చేయకూడదు.
ప్రపంచం లో కష్టమైనవి రెండె రెండు.

మొదటిది : మనం ఎదగడానికి ఎంతో శ్రమిస్తాం, కష్టపడుతాం కాని ఎదిగినాకా ఆ పేరుని నిలబెట్టుకొని కాపాడుకోవాలంటే అంత కంటే చాలా కష్టం.
రెండోది : ఏ పని చేయకుండా కాలు మీదా కాలు వేసుకొని కూర్చోవడం మరియు కాలిగా తిరగడం.

అస్సలు నీకేం కష్టం వచ్చిందని భాధపడుతున్నావ్?
వాట్సప్(WhatsApp) గ్రూప్ లో నీకు వార్మ్ వెల్కమ్ చెప్పలేదని వర్రీ అవుతావ్,
స్టేటస్ పెట్టలేదని సిల్లీ గా భిహేవ్ చేస్తావ్!

Facebook లో ని ఫేస్ కి ఎవ్వరు లైక్ కొట్టలేదని లొల్లి చేస్తావ్, షేర్ చేయలేదని షేమ్ గా ఫీల్ అవుతావ్, కంమేంట్ చెయ్యలేదని కామ్ అయిపోతావ్,

ట్విట్టర్(Twitter) లో టైం కి ట్వీట్స్ రాలేదని టెన్షన్ పడుతావ్ !

ఇంస్టాగ్రాం(Instagram) ఇంట్రెస్ట్ లేకున్నా ఇన్వోల్యుతావ్(involve)!

వాట్సప్ (WhatsApp) స్టేటస్ కాదు ముందు మన స్టేటస్ పెంచుకుందాం, అప్పుడు మన స్టేటస్ అన్ని సోషల్ మీడియా లో స్టేటస్ గా సెలెక్ట్ చేసుకుంటారు సోషల్ మీడియా యుసేర్స్(users).

ఓ తమాషా ఇన్సిడెంట్

ఓ కుర్రాడు తన అన్నయ దగ్గరికి వెళ్ళి, అన్నయ అన్నయ రేపు నా ఫ్రెండ్ పుట్టిన రోజు ఉంది కొన్ని డబ్బులు కావాలి అని అడుగుతాడు. అప్పుడు అన్నయ అంటాడు కొన్ని అంటే ఎన్ని రా వందలా, వెయ్యిలా ? అప్పుడు తమ్ముడు కొన్ని వందలు కొన్ని వెయ్యులు అని సమాధానం ఇస్తాడు.

అన్నయ : గిఫ్ట్ తిసుకెళ్లకపోతే ఎం అవుతది అని అన్నయ అడగ్గా!

తమ్ముడు : ఇజ్జత్ పోతది

అన్నయ : నాదా ? లేక మీ ఫ్రెండ్ దా?

తమ్ముడు : నాది, అందరి ముందు గలీజ్ గా ఉంటది.

అన్నయ : సరే! వందలు, వెయ్యులు లేవు కాని నా దగ్గర కోటి ఊపాయల ఊపాయం ఉందని చెప్తాడు.

తమ్ముడు : అర్థం కాలే అని అంటాడు.

అన్నయ్య : నీతోపాటు నేను కూడా పార్టీ కి వస్తా అక్కడికి వెళ్ళిక క్లియర్ గా చెప్తా అని అంటాడు

ఇద్దరు కలిసి పార్టీ రిసార్ట్ కి చేరుకుంటారు బైక్ పైన. అన్నయ్య తమ్ముడితో ఇలా "నా దగ్గర ప్లాన్ A, ప్లాన్ B ఉన్నాయి. ముందుగా ప్లాన్ A

అన్నయ్య తమ్ముడితో ఇలా, ఇద్దరం రిసార్ట్ లోకి ఎంటర్ అవ్వగానే ముందు గా నేను వెళ్ళి జనరేటర్ ని ఆఫ్ చేసి, వైర్ కనెక్షన్ కట్ చేసి ఆ తర్వాత వెంటనే ట్రాన్స్ఫార్మర్ ని పెల్చేస్త. ఇది విన్నాక తమ్ముడు బిత్తర పోయి చూసి మరి ప్లాన్ B ఏంటి అని అడగ్గా అప్పుడు అన్నయ్య, మీ ఫ్రెండ్ కి కాల్ చేసి "మామా నీతో పాటు అందరికి ఒక సర్ప్రైస్ ఇస్తాను అందరిని కళ్ళకి గంతలు కట్టి ఒక్క ఐదు నిముషాలు ఉండమని చెప్పు". అంతే ఆ టైం లో నువ్వు ఉత్త చేతులతో ఊపుకుంటూ వెళ్ళి పుట్టినరోజు శుభాకాంక్షలు చెప్పేసి రా అని అంటాడు సింపుల్ గా. ఇది విన్న తమ్ముడు నిజంగానే అన్నయ్య కళ్ళకి గంతలు కట్టి ట్రాన్స్ఫార్మర్ ని పెల్చేసి వెళ్ళాడు.

ఒక దొంగతనం చేసేటప్పుడు ఎవ్వరికీ తెలియకుండా చేస్తారు ఆ టైం లో "నాకు నేనున్నాను"
ఒకే సారి పెద్ద మొత్తం లో డబ్బు వస్తే గోప్యంగా ఉంచుతారు ఆ టైం లో "నాకు నేనున్నాను"
ఒకరితో చాట్ చేసేటప్పుడు చాలా సీక్రెట్ గా చాట్ చేస్తారు ఆ టైం లో "నాకు నేనున్నాను"

ఇన్ని సార్లు "నాకు నేనున్నాను" అని అనుకున్నపుడు మరి కష్టాలు వచ్చినప్పుడు కాపాడడానికి, బాధను పంచుకోవడానికి ఒకరి కోసం ఎందుకు ఎదురు చూడడం. యాదుంచుకో ఇలాంటి పరిస్థితులలోనే "నాకు నేనున్నాను" అని అనుకో అప్పుడు నీలో ఉన్న ఇంకొకడు నీకు సహాయ పడుతాడు.

చెట్టు మాట్లాడుతుంది మనిషితో ఇలా

నేను చిన్న మొక్కగా ఉన్నప్పుడే నన్ను వంచాలే అని అన్నారు, ఎందుకంటే నేను పెద్దయ్యాకా వంగను, వంచలేరు కూడా, కాబట్టి అప్పుడు ఒక్కటే దారి నన్ను నరకడం. కాని నేను ఏ విధముగా పెరిగిన వంకరగా, టింకరగా, అడ్డ దిడ్డంగా ఎలా పెరిగన మీకు ఉపయోగపడుతాను.
ఎందుకంటారా! లేదా ఎలా అని అంటారా! చూద్దాం పదండి; కాదు కాదు చూస్తూ చదువుదాం! పదండి...

ఒక ఊరిలో ఇంటి యజమాని తన పెరడిలో కొన్ని (నేను అనే) పిచ్చి చెట్లు మొలుస్తునాయని పచ్చి చెట్లని పిచ్చి పిచ్చిగా నరకడం మొదలుపెట్టాడు. మళ్లీ మొలిచాను, మళ్లీ నరికాడు. ఆ యజమాని నరకడం నేను మొలవడం ఇద్దరం ఎవ్వనికి ఇనలే. అలా రోజులు గడిచాయి, వారాలు గడిచాయి, నెలలు గడిచాయి, సంవత్సరాలు గడిచాయి. నన్ను నరకడం ఏ మాత్రం పిచ్చి పోలేదు... నరికి నరికి చివరికి ఆ యజమాని పిచ్చోడైపోయాడు.
గమ్మత్తు ఏంటంటే ఆ పిచ్చివాడైన ఇంటి యజమాని ఊరి చివరణ నా పిచ్చి చెట్టు కింద సేధాతిరుతున్నాడు.(హా..హా..నవ్వులు). ఒక్కటి తెలుసుకో నేను అనే ఏ చెట్టైన, ఏ పిచ్చి చెట్టైన ఉపయోగపడుతాను.
ఎలా అంటారా విడి విడిగా వివరిస్తూ పూసా గుచ్చినట్టు జ్ఞనోధయం చేపిస్తా.

"నన్ను నరుకుతే మీ ఇంటి గుమ్మానికి ధర్వాద వాటికి తలుపులను అవుతాను,
మీలాగే నాకూడా అమ్మ ఉంది, వర్షం పడుతుంటే వంట గదిలో మీ అమ్మ వేసే మక్కా కంకి గ్యరెలు వాటిని ఒక పళ్ళెం లో పెట్టుకొని మీ రూమ్ కి వెళ్లి కుర్చీలో కూర్చొని వర్షాన్ని ఆస్వాదిస్తూ గ్యరెలు తింటే వచ్చే ఆనందాన్ని ఇచ్చేదే క్రిటికి తలుపులు
సోలో సోలో గా ఉన్న చెక్కల్ని కలిపితే సోఫా సెట్ అవుతాను,
ఒక మొట్టును నరికితే విడి విడి గా వచ్చే చెక్కలతో వేడి నీళ్ళు కాచుకోవచ్చు,
అదే చెక్కలతో రుచికరమైన భోజనం కూడా వండుకో వచ్చు,
ప్రశంతాత కోసం అగ్గి పుల్లలతో దేవిడికి దీపం వెలిగించచ్చు,
టెన్షన్ relief అవ్వడానికి సిగరెట్ కూడా వెలిగించచ్చు,
మీరు చదువుకునే స్కూల్లో, కాలేజీలో కూర్చునే బెంచ్ కూడా నానుండె వచ్చింది,
మీరు ఎగ్జాం(exam) రాసేటపుడు ఆన్సర్ షీట్ కింద ఉండే ఎగ్జాం(exam) పాడ్ కూడా నా నుండే వచ్చింది,

చివరికి ఆ పేపర్ మరియు మీరు చదివే ఈ పుస్తకం కూడా నా నుండే వచ్చింది,

మీరు చిన్నపుడు ఇంట్లో తెలియకుండా ఫ్రెండ్స్ తో సినిమా ధియేటర్ కి వెళ్లి 5 రూ/- టికెట్ తీసుకొని సినిమాని ఎంజాయ్ చేసారూ చూడు ఆ 5రూ/- టికెట్ కుర్చీ కూడా నా నుండే వచ్చింది,

పొలం దున్నడానికి నాగలి కావాలి, ఆ నాగాల్ని లాగాలంటే రెండు ఎద్దులు కావాలి, ఆ రెండు ఎద్దులు కలవాలంటే ఎనగర్ర కావాలి. అంటే నేను లేకుంటే పొలం కూడా దున్నలేరు మీకు బ్రతుకే లేదు.

హనీ మూన్ కి, హోలిడే టూర్ కి విదేశాలకు వెళ్తుంటారు కదా, అక్కడ నిర్మించబడ్డ ఇళ్లలు కూడా నేను అనే చెక్కతోనే నిర్మించబడ్డాయి .

బర్రె ఇచ్చే పాలు కూడా అది గడ్డి తింటేనే పాలిస్తుంది.

నేను లేకపోతే మీకు ఈ రోజు గాడ్ అఫ్ క్రికెటర్ సచిన్ టెండూల్కర్ క్రికెట్ ఆడే వాడు కాదు. ఒక విధముగా ఆలోచిస్తే అస్సలు క్రికెట్ కనిపెట్టడమే గగనమైఎద మీ మానావులకి.

సమ్మర్ లో ఉబ్బారిస్తే విసురు కర్ర అవుతాను,

ఎండకాలం లో రాత్రి వేళల్లో ఆరు బయటా పడుకొని వెన్నలను చూస్తూ చిన్నపిల్లలికి కథలు చెపుతూ వచ్చే ఆనందాన్ని ఇచ్చెదే నేను అనే మంచం.

కూర్చోడానికి కుర్చీని అవుతాను,

స్టూడెంట్ తప్పు చేస్తే టీచర్ చేతిలో కొట్టే కర్ర అవుతాను,

పుల్ల ఐసుక్రీంలో పుల్లా అవుతాను,

అరుదుగా కనిపించే అందమైన కోయా బొమ్మలా కూడా తీర్చి దిద్దబడుతాను,

ఒక రెస్టారెంట్ కి వెళ్లి టేస్టీ బిర్యానీ తిన్న తర్వాత మీ పళ్ళ సందుల్లో ఇరికిన వేస్ట్ ని క్లీన్ చేయడానికి టూత్ స్టిక్ అవుతాను,

హోలీ పండక్కి అంద చెందలతో నడుం ఒంపు సొంపుల తో వయ్యారాలతో దాన్దియ ఆడడానికి ఉపయోగ పడుతాను మధురంగా.

మనిషికి ఒకగాను ఒక కోణం లో ప్రశాంతత ఆనందాన్ని ఇచ్చే మధురమైన ఫ్లాట్ మ్యూజిక్. ఆ ఫ్లాట్ కూడా నా నుండే ఔట్ట్పుట్ అయింది.

ట్రైన్లో ఉన్న బెర్త్స్ మరియు సీట్స్ కూడా చెక్కతోనే తయారుచేస్తారు,

ఒక పక్షి కూడా తన గూడు నిర్మించికోవడానికి ఒక్క ఒక్క పుల్లల్ని పోగేసి నిర్మించుకుంటుంది,

అప్పట్లో మీరు పెంచుకున్న కోళ్ళని కూడా కంక గంప కిందే కమ్మే వారు, ఇప్పుడు కోళ్ళు లేవు గంపలు లేవు.

ఎండాకాలంలో నీడనిస్తాను,

వర్షాకాలంలో దడి నాటడానికి దండిగా ఉపయోగపడుతాను,

చలికాలంలో చలి కాచుకోవడానికి సహయపడుతాను,

రాజకీయ సభల్లో సభ నిర్మించుకోవడానికి స్టేజి గా ఉపయోగపడుతాను,

ఇంట్లో ఏదైనా కార్యం జరుపుకుంటే ఇంటి ముందు వేసే టెంట్ కి సపోర్ట్ గా నిలబడుతాను,

అప్పుట్లో పెళ్ళి పందిర్లు కొబ్బరి కొమ్మలతో అలంకరించేవాళ్ళు,

ఇప్పుట్లో పువ్వులతో అలంకరిస్తున్నారు,

అంతెందుకు గడ్డిపోరక తోని కూడా మీ పెరట్లో ఒక అందమైన గార్డెన్ తయారుచేసుకోవచ్చు,

మీ మానావుల్లో మంచి టాక్ ఉంది కదా శృంగారం లో శక్తిని ఇచ్చే మునక్కాయ కూడా నా నుండే వచ్చింది,

చాలా మందికి ముక్క లేనిదే ముద్ద దిగదు ఆ ముక్కను కట్ చేయడానికి మొట్టుగా ఉపయోగ పడుతాను

యాదుంచుకో నేను లేనిదే మీ మనిషి మనుగడ సాగదూ!

మీరు సీలింగ్ ఫ్యాన్ కింద పడుకున్నా,

టేబుల్ ఫ్యాన్ ముందు పడుకున్నా,

ఎసి లో పడుకున్నా, ఒక్క సారి నా చెట్టు కిందా పడుకొని ఆ నిద్రని అనుభవించండి.. చనిపోయిన తర్వాత కూడా అంతా ప్రశాంతంగా నిద్ర పోరు.

మీరు తినే బియ్యం, పప్పులు, పండ్లు, కూరగాయలు పెట్టుకునే పువ్వులు ఇంకా ఎన్నో నా నుండే వస్తుంది,

మనిషికి 60/70 ఏళ్ళు దాటకా మూడో కాలునవుతాను,

చివరికి మనిషి చనిపోతే పాడే అవుతాను,

అదే మనిషిని కాల్చి బూడిద చేయడానికి బండెడు కట్టెలవుతాను.

మీ మనిషి గురించి ఒకే ఒక్క మాటల్లో చెప్తాను,

నాలో చాలా రకాలున్నాయి అందులో గడ్డి పోరక కూడా ఎదుగుతుంది కాని మీ మనుషుల్లో మాత్రం ఎలాంటి ఎదుగు దల లేదు. నేను లా->వైతే మీకు లాభం, మీరూ లావైతే మీకే నష్టం.

మానవుడు వంకరగా, టింకరగా, అడ్డదిడ్డంగా పెరుగుతే మాత్రం అడ్రెస్ (address) లేకుంట పోతాడు.

మనిషికి సహాయం /అవసరం కచ్చితంగా కావాలి

ఓ కుర్రాడు చెన్నై నుండి రామగుండం కి ప్రయాణం చేయాలనుకుంటాడు తన పర్సనల్ పని కోసం. ట్రైన్ ఈవెనింగ్ 7:15 నిమిషాలకి, అయితే తన రూమ్ నుండి చెన్నై రైల్వే స్టేషన్ సుమారు 25 కిలోమీటర్లు, క్యాబ్ /ఆటో /బస్ /లోకల్ ట్రైన్ వీటి ద్వారా చేరుకోవచ్చు. కానీ ఆ కుర్రాడు బస్ ప్రిఫర్ చేస్తాడు. మీకు డౌట్ రావచ్చు హాయిగా ఎసి క్యాబ్ బుక్ చేసికొని వేలచ్చుకదాని(ఇప్పుడు రామా తత్వం, కృష్ణ తత్వం ఎలాగో) ఈ కుర్రాడి తత్వం అలా! కనీసం ఇలాగైన చెమటలని బయటకి పుల్ చేద్దామని. చెన్నై కదా హ్యుమిడిటి ఎక్కువ, పైగా స్నానం కూడా చేయొచ్చు చాలా ఈజీ గా ఒక రెండు మూడు బస్సులు మారుతే.

మధ్యహ్నం నాలుగు గంటలకి బయలేదేరుతాడు 5:35 నిమిషాలకి కి రైల్వే స్టేషన్ చేరుకుంటాడు. ఆల్రెడీ బెర్త్ రిజర్వేషన్ చేసుకున్నాడు, స్కోలింగ్ లో చూసాడు ఇంకా ట్రైన్ ఏ ప్లాట్ఫారం నెంబర్ డిస్ప్లే చేయలేదు. కాసేపు వెయిటింగ్ హాల్ కి వెళ్లి రెస్ట్ తీసుకుంటాడు బాటిల్ లో ఉన్న వాటర్ మొత్తం తాగేస్తాడు.. ఒక 35 నిమిషాల తర్వాత ఫేస్ వాష్ చేసుకుంటాడు సరిగ్గా 6:10   నిమిషాలకి కి అనౌన్స్మెంట్ చేస్తారు. లగేజ్ తీసుకొని ట్రైన్ ఎక్కి తన బెర్త్ నీ అంత సెట్ చేసుకొని పుస్తకం చదువుకుంటాడు. ట్రైన్ మూవ్ ఐయక ఒక వన్ హోవర్ తర్వాత సమోసా కొనుకొని తింటాడు.

రాత్రి 9:10 నిమిషాలకి కి రూమ్ లో ప్రిపేర్ చేసుకున్న రూమ్ ఫుడ్ ని డిన్నర్ చేసి (కొన్ని చోట్ల ఫ్యూ(few) outside eatables are not allowed inside అని ఎలా స్ట్రిక్ట్ గా ఉంటుందో. ఇతని కడుపు కూడా కొన్ని outside ఫుడ్ అస్సల్ accept చెయ్యదు) డిన్నర్ చేసి కాసేపు క్రితికి పక్కన వ్యూ చూస్తూ అలా ఉండిపోతాడు. కొన్ని నిమిషాల తర్వాత వాష్ రూమ్ కి వెళ్ళొచ్చి తనకి తాను గుడ్ నైట్ చెప్పుకొని పడుకుంటాడు. తెల్లవారు జామున 6:00 గంటలకి కి ట్రైన్ రామగుండం చేరుకుంటుంది.

అంటే ఆ కుర్రాడు చెన్నై నుండి రామగుండం కి చేరాలంటే ఎంతో మంది సహాయం /ఎన్నో అవసరాలు.

బస్, రైల్వే స్టేషన్, సెక్యూరిటీ గార్డ్స్, స్కోలింగ్ బోర్డు, వెయిటింగ్ హాల్, వెయిటింగ్ హాల్ లో ఉన్న కుర్చీ, వాటర్ బాటిల్, సమోసా మరియు IRCTC. అంటే ఒక మనిషి లేదా, గవర్నమెంట్ గాని మనకి indirect గా ఏదో ఒక విధముగా సహాయం చేస్తున్నారు, అవసరాలు తిరుస్తున్నారు.

ఒక్క మాటలో చెప్పాలంటే indirect tax లాగా.

చేతి సహాయం /కృప

ఒక 70 ఏళ్ళ ముసలావిడా మూటా నెత్తిన పెట్టుకొని బస్టాండ్ కి నడక సాగింది ఊరు వెళ్ళామని. కొద్ది దూరం వెళ్ళాక అలసిపోయి ఉన్న చోటే కింద కూర్చుంది. అటుగా వెళ్తున్న ఓ 30 ఏళ్ళ కుర్రాడు ముసలమ్మని చూసి దగ్గరికి వెళ్ళి ఎంటమ్మ ఇలా రోడ్డు పైన కూర్చున్నారు ఏదైనా సహాయం కావాలా? అవును నాయనా కొంచం ఈ మూటా తీసికెళ్ళి బస్టాండ్ లో పెట్టమని అడుగుద్ది సరే అని కుర్రాడు తీసికెళ్ళి బస్టాండ్ లో పెట్టి మళ్ళి వెనక్కి వస్తాడు ముసలమ్మ దగ్గరికి, వచ్చి అమ్మ మిమల్ని కూడా ఎత్తుకొని తిసుకెళ్ళమంటారా ? అప్పుడు ముసలమ్మ చాలా చలాకీగా ఇలా అంటుంది "వద్దు నాయనా ఈ వయస్సులో నువ్వు ఎతుకోవాల్సింది అమ్మాయిలని , ముసలమ్మల్ని కాదు! అప్పుడు కుర్రాడు మనసులో "అమ్మ దీనమ్మ, ముసలమ్మా" అని అనుకుంటాడు. (నవ్వులు) ఇద్దరు కలసి బస్టాండ్ కి చేరుకుంటారు చాలా సంతోషం నాయనా అని ముసలమ్మా చాలా ఆప్యాతగా అంటుంది .

అంటే ఆ కుర్రాడు తనంతటా తాను వెళ్ళి ఆ ముసలమ్మకి సహాయం చేసాడా? జాలి కలిగిందా? భాధ్యత అనుకున్నాడా? ఆ టైం లో కుర్రాడు చేసింది విటిలో ఏ కోణానికైన చెందుతుంది.
సింపుల్ గా చెప్పాలంటే direct tax లాగా.

అంతెందుకు ప్రకృతి కూడా చాల బాధ్యతగా వ్యెవరిస్తున్నాయి మేగాలు నుండి వర్షం ఎలా భూమి పై పడి మళ్ళి ఆ వర్షమే ఆవిరై పైకి చేరుకుంటాయి అంటే ఇక్కడ మేగాలు , భూమి రెండు ఇచ్చిపుచ్చుకుంటున్నాయి. కాని మనుషులు మాత్రం ఇచ్చిపుచ్చుకోవడం కంటే పొడుచుకుంటున్నారు.

గోల్ అంటే మన కోసం కాదు ఒక భారతీయ పౌరుడిగా సమాజానికి ఏం చేస్తున్నాం అని అర్ధం. సమాజం మనకి తెలియకుండానే మనకి సహాయం చేస్తుంది, మన కడుపు నింపుతుంది. మనం కూడా సమాజానికి ఏదైనా return గిఫ్ట్ ఇచ్చేద్దాం. కనీసం ఒక్కరికైన అన్నం పెట్టండి లేదా ఆదుకోండి ఇది కూడా చేతకాకపోతే సున్నం మాత్రం పెట్టకండి. ఎదుకంటే,
"తమలపాకులో సున్నం పెడుతే కిల్లి అవుద్ది, జీవితాలకి సున్నం పెడుతే నీ జీవితమే సున్నా అయిపొద్ది"

ఒక మనిషికి చేతులు, కాళ్ళు, కళ్ళు , నోరు చాలా ముఖ్యం:

చేతులు ఉన్నవి టీవీ రిమోట్ నొక్కడానికి మరియు మొబైల్ తో ఆడుకోవడానికి, కాళ్ళు ఉన్నవి కుర్చీలో కూర్చొని ఊపడానికి, కళ్ళు ఉన్నవి గంటల తరబడి పడుకోవడానికి, నోరు ఉన్నది అనవసరంగా ఆరవడానికి కాదు.

చేతులు ఉన్నవి రాయడానికి, పని చేయడానికి,

కాళ్ళు ఉన్నవి గమ్యం వైపు నడవడానికి,

నోరు ఉన్నది నీ మాటా అవసరమైనప్పుడు మాట్లాడడానికి,

కళ్ళు ఉన్నవి కళ్ళారా చూసింది నమ్మడానికి మరియు కళ్ళు పెద్దగా చేసి కడుపు చిన్నగా చేసుకొని సంపాదించడానికి.

అవమానం

ఓ మిడిల్ క్లాసు కుటుంబం, భర్త కిరాణం కొట్టు నడుపుతాడు, భార్య ఇంట్లో టైలరింగ్ చేస్తుంది వీళ్ళకి ఓ కూతురు 5th క్లాసు చదువుతుంది. ఓ రోజు బంధువులు వస్తారు ఆహ్వానించడానికి, కూర్చోండి అన్నయ్య ఎలా ఉన్నారు? అందరం బాగున్నాం. మరి మీరెలా ఉన్నారు చెల్లమ్మ ? పర్వాలేదు బాగానే ఉన్నాము అన్నయ్య నీళ్ళు ఇస్తా అంటుంది.

బావగారు, కోడలు ఇంట్లో లేరా? బిడ్డా స్కూల్ కి వెళ్ళింది, బావ షాప్ కి వెళ్ళాడు, అన్నయ్య. అలా ఇద్దరుకాసేపు మాట్లాడుకుంటారు ఒక పది నిమిషాలు తర్వాత శుభలేఖను చిరు నవ్వుతో చేతికి ఇచ్చి అందరు తప్పకుండ రావాలి అని చెప్పి వెళ్తాడు.

రాత్రి భర్త ఇంటికి వచ్చాక ఇద్దరు మాట్లాడుకుంటారు ఇలా:

దగ్గర బంధువులు ఫైగా ఐనవాళ్ళు , చాలా కాలం అయింది కలిసీ, వాళ్ళా ఇంటికి వెళ్ళక, కట్టుకోవడానికి మంచి చీర, వేసుకోవడానికి కొన్నైనా నగలు లేకుంటే ఎం బాగుంటుంది? మికుడా మంచి ప్యాంటు, షర్ట్ కూడా లేవు.. అని ఇద్దరు బాధతో మాట్లాడుకుంటారు. అప్పుడు భర్త అంటాడు నువ్వు ఒక్కదానివే వెళ్ళు . మరి చీర, నగలు? మీ ఫ్రెండ్ పక్కింటావిడని అడుగు అని సలహా ఇస్తాడు. సరె అని ప్రొద్దున్నే పని పూర్తి చేసికొని పక్కింటావిడ ఇంటికి వెళ్ళి విషయం చెప్తుంది. సరె అని చీర, నగలు ఇస్తుంది. సరిగ్గా ఆ రోజు నుండి మూడో రోజు పెళ్ళి. నోట్లో అన్నం ముద్ద పెట్టుకునే అంతసేపు కూడా పట్టలేదు మూడు రోజులు. పెళ్ళి రోజు చీర కట్టుకొని, నగలు ధరించి, జడలో మల్లెపువ్వులు, అర చేతిలో మేహేంది చాలా అందంగా తయారై వెళ్తుంది. ఓ మాటా చెప్పాలంటే తన ఫ్రెండ్ కన్నా చాలా చాలా అందంగా ఉంటుంది. పెళ్ళికి వెళ్ళి అందర్ని కలుస్తుంది చాలా సంతోషంగా ఉంది నవ్వుతు అందరితో. అందరు చాలా బాగున్నావని compliments ఇస్తారు. కాసేపయ్యాక దంపతులను ఆశీర్వదించి భోజనం చేయకుండానే(పొగడ్తలకి కడుపు నిండిపోయింది) ఇంటికి చేరుకుంటుంది. సాయంత్రం కూతురు, భర్త ఇంటికి వచ్చేసరికి నగ్నంగా ఉరి వేసుకొని చనిపోయి ఉంటుంది. షాక్ ఐయ్యారా! అవును మీరు చదివింది నిజమే.

అస్సల్ ఏం జరిగింది? తను పెళ్ళికి వెళ్తుంటే పక్కింటావిడ(తన ఫ్రెండ్) చూసి మనసులో నాకంటే బాగున్నావ్ చీర, నగలు నికే సూట్ ఐయ్యయి అని ఈర్ష్యతో.. ఊరిలో ఉన్న అందరి చెవిలో ఊదేసి వస్తది. ఇంకేముంది పెళ్ళి నుండి ఇంటికి వచ్చేటప్పుడు ఊర్లో వాళ్ళందరూ ఒక్క ఒక్క మాటా అంటుంటే గుండె పదహోరు ముక్కలై , అవమానంగా భావించి.. ఇంటికి వెళ్ళి చీర, నగలు తిసి చాలా నీటిగా మడతపెట్టి టేబుల్ ఫైన పెడుతుంది. ఒక ఉత్తరం కూడా రాస్తుంది తన భర్త కి ఇలా

"నా కూతురు షాప్ లో చీరలు కొనాలంటే ఊరు చివర వరకు Q కట్టాలి, నా కూతురు నగల షాప్ లో నగలు కొనాలంటే నాన్-స్టాక్ బోర్డు ఉండాలి, బుకింగ్ చేసుకోవాలి. అలా పెంచుతావని, ఆ స్థాయికి తిసుకెళ్తావని ఆశిస్తున్నా"

మనిషికి అందం ఉంటే ఐశ్వర్యం ఉండదు,
ఐశ్వర్యం ఉంటే అందం ఉండదు.

ఒకటి చెప్పున్నా గుర్తుపెట్టుకోండి ఎవ్వరైనా, ఎక్కడైనా మిమ్మల్ని ఆవమానిస్తే అది మీ దేహం నిన్ను విడిచిపెట్టే ధారికాకుడదు విజయానికి నాంది పలకండి.

తాగిపిస్తే తలవంచకు

నువ్వు అడగకుండానే తాగిపిస్తున్నాడంటే నీ నోటికి తాళం వేస్తున్నట్టు.

నువ్వు పిలువకుండానే, అడగకుండానే, పలకరించాకుండానే నిన్ను పొగుడుతున్నాడంటే ఆ పొగడ్తలో
నిన్ను పాతేసి వాళ్ళ దారి లోకి నడిపించుకోవడానికి వ్యూహ రచన.

కొందరు అవసరానికి అణుగుతారు,

కొందరు మందుకి ముక్కు మీదా వేలెస్కుంటారు,

కొందరు పొగడ్తలకి పొంగిపోతారు ,

కొందరు డబ్బు కి సంకనాకుతారు!

మనిషి మూడు విషయాల గురించి ఆరటాపడుతుంటాడు

డబ్బు /సెక్స్ /చావు లేదా భయం:

డబ్బు

నా కోసం మీరు మనిషిని అనే విషయమే మర్చిపోయారు. దొంగతనాలు, మోసాలు చేయడం చివరికి మిమల్ని మీరే చంపుకోవడం. నాకోసం మీరు ఎంత కష్టపడుతారు, చాలా జాగ్రతగా చూసుకుంటారు కూడా ఒకటి గమనించారా, మీ మనుషులకి ఒక స్టేటస్ లో ఉంటేనే విలువ లేదా సెక్యూరిటీ పొందగలరు కాని నేను ఎక్కడున్నా ఏ ప్లేస్ లో ఉన్న, ఏ క్లాస్ లో ఉన్న ఆడవాళ్ళు జాకెట్లో దాచిన, మొగవాళ్ళు పాకెట్లో పెట్టిన, బ్యాంకు లాకర్లో లాక్ చేసిన, ఇంట్లో భీర్వాలో బంది ఇన, నాకు ఆటోమేటిక్ గా సెక్యూరిటీ బందోబస్తు గా ఉంటుంది.

ఓ రోజు మనిషి, డబ్బు మాట్లాడుకుంటున్నారు ఇలా:

డబ్బంటుంది మనిషి తో "నువ్వుంటేనే నాకు విలువ"

మనిషి అంటాడు డబ్బుతో "లేదు లేదు నువ్వుంటేనే నాకు విలువ లేదంటే ఇజ్జత్ పోతది"

ఇద్దరు ఒక ఒప్పందానికి వస్తారు

మనిషి: నేను, నిన్ను(డబ్బు) సంపాదిస్తా

డబ్బు : నన్ను సంపాదించు కాని మోసపోకు , మోసం చేయకు, వీలైతే సాయం చెయి.

మనిషి : డీల్ ఒకే.

జనరల్ గా చెప్పాలంటే ఇంటికి బంధువులు వస్తే, బలవంతంగా రెండు చికెన్ ముక్కలు, మటన్ ముక్కలు ఎక్కువేస్తాం, మందు తాగుతే బలవంతంగా ఒక బొట్టు ఎక్కువపోస్తాం లేదా బయట ఫ్రెండ్స్ కి బలవంతంగా chai తాగిపిస్తాం, కాని అదె డబ్బు విషయానికి వస్తే బలవంతంగా ఒక రూపాయి ఎక్కువ తీసుకో, ఒక పదివేయులు ఎక్కువ తీసుకో, ఏం కాదు, ఏ పర్లేదు తీసుకో, నా దగ్గర మస్తు ఫైసల్ ఉన్నాయి అని అంటామా ? అనం కదా. కొందరు ఒక రూపాయి తక్కువనే ఇస్తారు, ఇంకొదరైతే నా దగ్గర ఒక్క రూపాయి కూడ లెదు నేనే అడక్క తింటున్నా అని అంటారు. కాని ఆ డబ్బే లేకుంటే chai రాదు, మటన్ /చికెన్ ముక్కలు తినలేము, మందు కూడ తాగలేము. డబ్బుని కనిష్టం(కనీసం) సంపాదించుకోండి.

సెక్స్

ఈ భూమీదా ప్రతి మనిషికి సెక్స్ లో పార్టిసిపేట్ చేయాలనీ కోరిక ఉంటుంది, దాసి కోసం ఎదురుచూస్తుంటారు. ఎదురు చూడడం అంటే? కోరిక మరియు ఆ మూమ్మెంట్ ని ఎంజాయ్ చేయడం. మరి ఎదురెల్లడం అంటే? అరాచకం! అంటే? రేప్, భలవంతం పెట్టడం. ప్రపంచంలో ఒక మనిషి ఎంత పెద్ద ఎదవైన సరె, వాళ్ళకి ఎక్కడో ఒక చోట ఒకరు కచ్చితంగా ఉంటారు. అందుకే చెప్తున్నా కొన్ని జరిగే వాటి గురించి ఎక్కువగా ఆలోచించకండి!

"సెక్స్ ఈజ్ డస్ నాట్ మాట్టర్, సక్సెస్ ఈజ్ ది మాట్టర్ "
"కామం తోనే పుట్టుకా , కామం తోనే మరణం"

చావు/భయం

మనిషి పుట్టింది చావడానికే. చావు వస్తుందని భయపడకు, చావు ఇంకా రావట్లేదని ఎదురుచూడకు, చావు ఎక్కడుందని వెతకకు, ఎవ్వడో చంపుతాడని దాక్కోకు, చావు ఎలా వస్తుందని క్షణ క్షణం భయపడకు, కొన్ని రోజుల్లో నువ్వు చావచ్చు, కొన్ని నిమిషాల్లో నువ్వు చావచ్చు, ఈ క్షణమే నువ్వు చావచ్చు. క్షణాల్లో పోయే చావుకి భయపడి, ఈ బానిసా భ్రతుకు ఎందుకు?

దేని కోసం భయం? ఎవడి కోసం భయం? ఎందుకోసం భయం? తప్పుచేసావని భయమా? అయితే సరి దిద్దు కొని, నీ తల రాతని దిద్దుకో!

భయం మాయం,
మాయం భయం!

వీసమేతంత కూడా వనకకు,
గడ్డి పోరకంత కూడా గజ్జుమనకు,
బియ్యపు గింజంత కూడా బెదరకు,

నేనెందుకు బ్రతుకుతున్నా,
నా గుండె ఎందుకు కొట్టుకుంటుంది,
నా గుండె చప్పుడు అర్థం ఏమిటి?

ఓ రోజు ఫ్రెండ్స్ తో బైక్ పైన షికారుకి వెళ్తున్నావ్ సడన్ గా ఆక్సిడెంట్ జోన్ "కాషన్ (హెచ్చరిక) గో స్లో ఆక్సిడెంట్ జోన్ ఏ హెడ్" బోర్డు ని చూసి కూడా లెక్కచేయకుండా నేను లక్కీ పర్సన్ ని లైఫ్ ని ఎంజాయ్ చేస్తున్నా అనుకునే లోపే ఎదురుగా లారీ వచ్చి ముందుకు వెళ్లాల్సిన నువ్వు వెనక్కి నెట్టి హాస్పిటల్ బెడ్ పైన పడేసింది. చాలా క్రిటికల్ కండిషన్ లో ఉన్నావ్ దాదాపు నువ్వు బ్రతికే ఛాన్స్ తక్కువా అని డాక్టర్ చెప్పుంటే వినే స్మృహలో నువ్వు లేవు కాని కొట్టుకుంటున్న నీ గుండె మాత్రం ఆ డాక్టర్ మాటలు విని ఇలా "నేను కొట్టుకోడం ఆగిపోను ఎందుకంటే నేను ఉన్న ఈ శేరిరం ఏదో ఒక రోజు శిఖరాన్ని అందుకుంటాడు, సమర్ధడవుతాడు" అని తనంతట తాను సంకల్పించుకొని నిన్ను బ్రతికించింది, బ్రతికిస్తూనే ఉంది. ఆలాంటి గుండెను నువ్వు ఏమి సాధించకుండానే ఆగిపోమంటావా? చెప్పు!

నువ్వు అలిసిపోతే రెస్ట్ తిసుకుంటావ్ కాని నీ గుండెకి రెస్ట్(rest) అనే పధం వస్తే నువ్వు "రెస్ట్ ఇన్ పీస్" (REST IN PEACE) ఐపోతావ్!

నీ గుండెకి రెస్ట్ అనే పధం వచ్చే లోపే నువ్వు "విజయం" అనే శబ్ధం చెయ్యాలి ఆ "విజయం" అనే శెంఖాన్ని పూరిస్తే శతభ్ధాలకి వినపడాలి, భవిష్యత్ లో స్థిరపడాలి.

భాద్యత (Responsibility)

నేను పెద్ద అని విర్రవీగకు, వీరబద్రుడుకి మాత్రమే విర్ర వీగే అర్హత ఉంది. పెద్ద పెద్ద వృక్షాలే తుఫాన్ కి విరిగిపోతాయి. నా వరస పెద్ద, నా వయస్సు పెద్ద, నా శరీరం పెద్ద, నా నోరు పెద్దగా ఉంటది. నేనెందుకు ఈ పని చెయ్యాలి , ఆ పని చెయ్యాలి అని వాదిస్తుంటారు, వంకలు పెడుతారు. ఒఫ్ఖోర్సే(of course) కాని మీ వయస్సు, వరస, శరీరం, నోరు పెద్దగా ఉంటె సరిపోదు. మీ భాద్యత మరియు ఆలోచనా కూడా పెద్దాగుండాలే చాలా బందోబస్తుగా ఉండాలె! ఎందుకంటారా

ఉదాహరణ: మీ దగ్గరా 1500 /- బేసిక్ మొబైల్ ఉంది , దీంతో పాటు ఒక 50,000/- స్మార్ట్ ఫోన్ ఉంది. బేసిక్ మొబైల్ చాలా చిన్నది ఖరీదులో మరియు చూడడానికి కూడా, కాని స్మార్ట్ ఫోన్ చూడడానికి, వెడల్పులో, పొడవులో ముఖ్యంగా ఖరీదులో చాలా పెద్దది. బేసిక్ మొబైల్ సరిగ్గా పనిచెయకపోతే అంతాగా పట్టించుకొము ఈ కాలంలో. కాని స్మార్ట్ ఫోన్ లో ఏ ఒక్క ఫీచర్ సరిగ్గా పనిచేయకపోతే, డిస్ప్లే డిమ్ముగా ఉంటె, టచ్ స్క్రీన్ స్లో గా ఉంటె, కాల్ వస్తే మొబైల్ సౌండ్ కామ్ ఇపోతే ఎలా అనిపిస్తది మీకు? ఫైగా కోపం రాదు,చీరాకు వెయ్యుదు, ఇన్ని వెయిలు పెట్టి కొన్నాం అని గింజుకోరూ.. ఆ కోపం చిరాకు ఇంట్లో వాళ్ళా మీదా చూపిస్తారు. అంటే ఒక మనిషి చేత తాయారుచేయబడిన ఒక పెద్ద స్మార్ట్ ఫోన్ వస్తువు సరిగ్గా పనిచెయ్యకపోతేనే అంతలా గింజుకుంటారు ఏదో జీవితమే అంతమైనట్టు, ఇంకా ఫైగా మిద పిడుగు పడట్టు. మరి ఒక మనిషి పుట్టినపుటి నుండి పెరిగె వరకు ఎంత కర్వె ఉంటది ఆలోచించండి అందుకే వరసలో, వయస్సులో, శరీరంలో, నోరులో మరియు ఇంకా ఏది పెద్దగా ఉన్న భాద్యతగా ఉండకపోతే ఇంకెంత కోపం రావాలి ఆలోచించండి.

నేను పెద్ద, అని చిటికి, మాటికి అరవకండి. ఎందుకంటె అర్థం లేని అరుపు, వెలుగు లేని మెరుపు వ్యర్థం. ఇంకో విధముగా చెప్పాలంటే జాగిలాలు మొరుగుతే, సింహం గర్జిస్తే, బుల్లెట్ బండి డు డు డు అంటే ఆగి చూస్తాం. ఒక్క సారి అరిచే ముందు ఆలోచించండి.

"వంకలు పెట్టకండి, వంక్కాయ కూర లాగా రుచిగా ఉండండి"

మరో విధముగా చెప్పాలంటే కొన్ని సందర్బాల్లో ఈ భాద్యత అనేది వరుసలో పెద్దవాడే చెయ్యాలి, వయస్సులో చిన్నవాడే చెయ్యాలే అని రూల్స్ పెట్టుకోకుడదు. ఎందుకంటే
A అనే కుటుంబంలో చిన్న కొడుకు ఫ్రెండ్, B అనే కటుంబంలో పెద్ద కొడుకు కావచ్చు, అదేవిధముగా B అనే కటుంబంలో పెద్ద కొడుకు ఫ్రెండ్, A అనే కుటుంబంలో చిన్న కొడుకు కావచ్చు ఈ రెండు సందర్బాల్ని పరిగణిస్తే

"అరె వాడు నా ఫ్రెండ్ వాళ్ళ ఇంటికి పెద్దకొడుకు ఎంత భాద్యతగా ఉన్నాడు, మా ఇద్దరి వయస్సు ఒక్కటే మరి నేనెందుకు ఇలా (irresponsibility) భాద్యత లేకుండా ఉన్నా"

"అరె వాడు నా ఫ్రెండ్ వాళ్ళ ఇంటికి చిన్న కొడుకు ఎంత భాద్యతగా ఉన్నాడు, మా ఇద్దరి వయస్సు ఒక్కటే మరి నేనెందుకు ఇలా (irresponsibility) భాద్యత లేకుండా ఉన్నా?

ఇలా అందరు ఆలోచిస్తే ఏ ఇంట్లో కూడా "తండ్రి బౌలింగ్ వెయ్యడు అంటే చేయి ఎత్తడు, తల్లి కామెంటరీ చెయ్యడు అంటే తిట్టడం మానేసి కంటతడి పెట్టడు"

సింపుల్ గా చెప్పాలంటే మనం "చిన్నప్పుడు స్కూల్ బ్యాగ్ ని రెండు భుజాలకి వేసుకునట్టు భాధ్యతని వేసుకోక పోయిన, కనీసం కాలేజీ బ్యాగ్ వేసుకునట్టు ఒక్క భుజానికైన వేసుకోండి."

కాని రెండు భుజాలకి వేసుకుంటేనే బ్యాలెన్సింగ్ గా ఉంటుంది.

సాధ్యమైనంతవరకు నువ్వు చేసే పని మాట్లాడాలి కాని నువ్వు కాదు!

గుర్తుపెట్టుకో పని కారి కా, మాటా కారి కాదు!

నేను అది చేస్తా, ఇది చేస్తా అని ఎక్కడ, ఎప్పుడు చెప్పకు, చేసి చూపించు!

పని చేసే కాడా మాట్లాడకు, మాట్లాడే కాడా పని చెయ్యకు.

ఎందుకంటే "పంట కోతకస్తే పది మంది తిని బ్రతుకచ్చు, కాని అదె మాటలు కోతలైతే పది మందిలో నవ్వులా పాలావుతావ్!"

ఉదాహరణ : ఒక తండ్రి తన కొడుకిని / కూతుర్ని స్కూల్లో చేర్పించాడు ముందుగానే రిసెప్షనిస్ట్/టీచర్ ఒక "నల్ల పూసా దండ లేదా మల్లెపూల దండ" అల్లినట్టు వివరించింది yearly fee, exam fees మరియు everything. అప్పుడప్పుడు గుర్తుచేస్తున్నారు కూడా fee కట్టమని. ఒక భాద్యత గల మనిషి ఏం చేయాలి టైం కి fee కట్టాలి లేదా fee కట్టలేకపోతే ఆ భాద్యత గల వ్యక్తి స్కూల్ కి వెళ్ళి రిక్వెస్ట్ చేయాలి టైం కావాలని. అంతేకాని మేడం మీరు మల్ల నాకు చెప్పాలేదు అని అంటే ఎలా ఉంటది టీసి ఇచ్చి పంపిస్తారు.

భాద్యత అనేది ఒకరు చెప్పాలె, ఇంకొకరు గిచ్చాలే, నాకు నొయ్యాలే అంటే యెట్లా, కరెక్ట్ కాదు కదా!

నిజమైన మనిషి అయితే 99.99% ఎవ్వరు చెప్పుకున్నా తనను తాను ప్రేమించుకోవాలనుకుంటే, రెస్పెక్ట్ ఇచ్చుకోవాలనుకుంటే, గొప్పస్థానంలో చూడాలనుకుంటే కచ్చితంగా భాద్యత నిర్వహిస్తాడు.

చాలా కుటుంబాల్లో భార్య భర్తలా మాటా ఒకటిగా ఉంటేనే ఆ కుటుంబం అనేది భాగుంటుందని అనుకుంటున్నారా ?

అవును! కింద చెప్పబోయేది అవును, పైన చెప్పింది కాదు.

"ఎవ్వరి మాటా కర్రెక్ట్ గా ఉంటె ఆ మాటే ఒక్కటిగా ఉండాలి" అప్పుడే ఆ కుటుంబం మట్టి కుండలో ఉన్న నీళ్ళ లాగా చల్లగా గా ఉంటుంది.

ఇంకో విధముగా చెప్పాలంటే ఇంట్లో ఎవరైన సరే అమ్మ, నాన్నా, అక్కా, చెల్లి, తమ్ముడు, అన్నయ్య , తాతయ్యలు, అమ్మమ్మ, నానమ్మ. ఎవరి మాటైన సరే కర్రెక్ట్ గా అనిపిస్తే accept చెయ్యండి అప్పుడుగాని కుటుంబంలో ఏ rejections ఉండవు. లేకుంటే కుటుంబాలు కుప్ప కూలిపోతాయి. స్టా క్ మార్కెట్ కుప్ప కూలితే నెమ్మదిగా పుంజుకుంటుంది కాని కుటుంభాలు కుప్పకులితే ఎంత గింజుకున్నా ఎన్ని పున్నులంమ్ముకున్నా ఫలితం ఉండదు, తిరుపతి కెళ్ళి గుండు కొట్టించుకున్న గట్టెక్కలేరు, వేములవాడ కెళ్ళి ఎన్ని కొడెళ్ళు కట్టేసిన కోళ్ళుకేలేరు. ఒకటే దారి సహనం పాటించదం.

ఒక్క నీ ఓటు తోని MLA ని అసెంబ్లీలో కూర్చోబెట్టి సమాజంలో ఉన్న సమస్యల్ని ప్రస్తావిస్తే సాల్వ్ అవుతాయో లేదో తెలిదు కాని..

అదే ఓటు నీకు నువ్వే వేసుకొని నీ ఇంటికి CM అయి ఫామిలీలో ఉన్న సమస్యల్ని కచ్చితంగా పరిష్కరించవచ్చు.

కష్టం వచ్చినప్పుడు, సమస్యలో ఉన్నప్పుడు పరిష్కారం గురించి ఆలోచించు. అంతే కాని కూర్చొని భాదాపడితే బావీలో నీళ్ళు పడుతాయ ఏంటి? పడవు కదా, మరి!

"బాట్స్మన్(batsman) టార్గెట్ బౌలర్ వేసే బాల్ పైనా ఉండాలి, బాల్ వేసే బౌలర్ పైన కాదు"

"భాద్యత లేని వ్యక్తికి, హక్కు గురించి మాట్లాడే అర్హత లేదు"

"బాధ్యత ఉన్నోడికి భయం ఉంటుంది, భయం ఉన్నోడికి బాధ్యత ఉంటుంది"
ఈ రెండు ఉన్నోడికి ఉంటుంది బుద్ధి

గమనిక : ఇక్కడ బయం అంటే జాగ్రత్త.

ఉపయోగపడాలి

కొబ్బరి బొండం మన గ్లూకోస్(glucose) లెవెల్ పెంచుకోవడానికి తాగుతాం, అదే కొబ్బరి బొండాన్ని కొన్ని వారాలు ఎండ పెడుతే కొబ్బరికాయ అవుతుంది, దేవుడికి కొట్టి ఏదో వరం కోరుకుంటాం, కొట్టిన కొబ్బరికాయని మళ్లి ఎండపెడుతే కూడుక అవుద్ధి. ఆ పొడిని రకరకాలుగా వాడుతాం.

పచ్చిమిర్చి కూరలో వాడుతాం ఇంకా చాలా సందర్భాల్లో స్టఫ్(stuff) గా వాడుతారు, అదే పచ్చిమిర్చి కొన్ని రోజుల తర్వాత ఎర్ర రంగులోకి మారుతుంది, మళ్లి వాటిని ఎండ పెట్టి గిర్ని పడుతే కారం పొడి అవుద్ధి.
చెట్టు నుండి వచ్చిన కాయలే మనకి ఇన్ని రకాలుగా ఉపయోగ పడుతున్నాయి,
మరీ మనిషి ఇంకెన్ని రకాలుగా ఉపయోగపడాలి.
(కిందున్న పదాలని కొంచం గట్టిగా, కొంచం స్పీడ్ గా చదువండి)

ఇటు పడు,

అటు పడు,

అడ పడు,

ఈడ పడు,

ఇక్కడ పడు,

అక్కడ పడు,

కింద పడు,

పైన పడు,

వెనక పడు,

ముందు పడు,

పడు పడు పడు పడు మొత్తానికి నీకు నువ్వు ఉపయోగపడు, కుటుంబానికి ఉపయోగపడు, దేశానికి ఉపయోగపడు. జై హింద్!

స్టేటస్

Judge కోర్ట్ మెట్లు ఎక్కుతాడు, లాయర్ కోర్ట్ మెట్లు ఎక్కుతాడు, నేరం చేసిన వాడు కూడా కోర్ట్ మెట్లు ఎక్కుతాడు. ముగ్గురు ఒకే దారి నుండి వెళ్ళిన వాళ్ళు లోపలికి వెళ్ళాక:

Judge తీర్పునిస్తాడు,

లాయర్ వాదిస్తాడు,

నేరస్తుడు బోండ్లో నిల్చుంటాడు.

ఇద్దరి వ్యక్తులు ఒకే డోర్ నుండి వెళ్ళిన వాళ్ళు లోపలికి వెళ్ళాక:

ఒకరు పాఠం చెప్తారు , మరొకరు పాఠం వింటారు.

రెండు సందర్భాల్ని పరిగణిస్తే ఒకే దారి నుండి వెళ్ళిన వాళ్ళు లోపలికి వెళ్ళాక వాళ్ళ స్టేటస్ మారిపోయాయి.

మరి మనం కూడా మన స్టేటస్ మార్చుకోవడానికి మేధాలుపెడుతాం

మన ప్లేస్(place) constant గా ఉండడానికి ఓ పట్టుపడుదాం.

సెల్ జైలు

సెల్ ఫోన్

సముద్రంలో పడుతే అలల తాకిడికి ఒడ్డుకి రావచ్చు, గోదాట్లో పడుతే ఈత వస్తే ఈదుకుంటూ రావచ్చు. కానీ సెల్ ఫోన్ అనే సెల్ వలలో పడుతే ఏ సెక్షన్స్(sections) ని కూడా సెలెక్ట్ చేసుకోవడానికి ఛాయిస్ ఉండదు, వాదించడానికి ఏ లాయర్ రాడు, బెయిల్ కూడా రాడు, తిర్పునివ్వడానికి ఏ judge కూడా judgement జోలికి వెళ్ళడు. అంటే ఏ నేరం చేయకుండానే సెల్ ఫోన్ అనే సెల్ లో నీ అంతటా నువ్వే పడి నీకు నువ్వు శిక్షించుకొని ఫైగా చంపుకుంటున్నావ్.

సెల్ /జైలు

సెల్ / జైలు ఇందులో అడుగుపెట్టాలంటే మంచి ముహూర్తం అవసరం లేదు ఏదైనా దొంగతనం లేదా నేరం చేస్తే చాలు. నువ్వెక్కడున్న వెతికి పట్టుకొని బాగా మర్యాదలు చేస్తారు. ఓ ఇంటి అల్లుడికి కూడా చెయ్యరు అంతలా ఉంటాయి మర్యాదలు.. కానీ వాదించడానికి లాయర్ వచ్చి లొల్లి లొల్లి చేసి బెయిల్ ఇప్పిస్తాడు, తిర్పునివ్వడానికి judge వచ్చి జాలిగా judgement ఇస్తాడు.

"సెల్ జైలు" ఇందులో పడుతే ఎందుకు పనికిరావ్!
"సెల్ ఫోన్" ఇందులో పడితే దేనికి పనికిరావ్!

"సెల్ ఫోన్ use,
ట్యాంక్ లో petrol,
ట్యూబ్ లో గాలి,
మనిషి కడుపులో మందు, లిమిట్ లో ఉండాలి"

ప్రేమ/love

ప్రేమ అంటే "నువ్వు లేక నేను లేను, నేను లేకుంటే నువ్వు లేవు" ఇది కాదు
"నేను లేకుంటే వాడు సంతోషంగా ఉంటాడు"
"నేను లేకుంటే ఆమె సంతోషంగా ఉంటుంది"
ఇది love అంటే. అంతే కాని ఎవరో వచ్చి..

"నువ్వంటే నాకు పిచ్చి,
నువ్వు లేకుంటే నేను చచ్చిపోతా,
నువ్వు కాల్ చేయకపోతే కాల్వాలో దూకుతా,
నువ్వు మాట్లాడకపోతే మంచం కింద పడుకుంటా,
నువ్వు స్మైల్ ఇవ్వకపోతే నేను స్నానం కూడా చెయ్యను,
నువ్వు నన్ను కలవకపోతే కాళ్ళకి పట్టీలు వేసుకోను,
నువ్వు మెసేజ్ చేయకపోతే మూగదాన్ని /మూగావడ్ని ఐపోతా,
నువ్వు love చేయకపోతే లొల్లి చేస్తా
నువ్వు లేకపోతే నేనే లేను" ఇలా ఉంటాయి!
ఒక విధముగా ఆలోచిస్తే ఎవరో లేకపోతే ఏమి చేయలేరా?
అస్సలు బ్రతకనంటావ్! సిగ్గుగా లేదు!
లాజికల్ గా ఆలోచించు ఎవ్వరో లేకపోతే నువ్వేం చేయలేవా?
దాదాపు ఎవ్వరు నీ weakness అవ్వకుండ చూసుకో.
గుర్తుపెట్టుకో "నీకు నువ్వున్నావ్! ఎవ్వరు నీతో లేకున్నా, నీతో నువ్వున్నావ్"

ఒక అమ్మాయి కోసం చేతిలో రోజా పువ్వు పట్టుకొని వెనకాలా రోజంతా తిరిగి చివరికి మోకాళ్ళ మిద చిరునవ్వుతో రోజా ఇచ్చి "నువ్వంటే నాకిష్టం, ఐ లవ్ యు" అని అంటారు.
కాని "కన్న తల్లిదండ్రులని మాత్రం అప్పులవాడి ముందు మోకాళ్ళ మీదా నిలబెడుతారు"
ఎంతటి దౌర్భాగ్యస్థితి.

"దేశాన్ని flirt చెయ్! అమ్మాయిని కాదు.
అప్పుడు ఆ దేశమే నీకు సెల్యూట్ చేస్తది!"

"ఆ అమ్మాయి కత్తి లాగుంది, ఈ అమ్మాయి కత్తెర లాగుంది,
అని అనుకోవడమే తప్ప మనం కత్తి, కత్తెర లాగా ఎప్పుడవుతాం"?

కృష్ణుడు వెన్న దొంగలించినట్టు అమ్మాయి మనసుల్ని దోచుకోండి, కాని వాళ్ళ శరీరాలకు ఏ హాని తలపెట్టకుండా, వాళ్ళ మనసులో స్థిరపడండి. అంతే కాని వాళ్ళ శరీరాల కోసం శిఖరాలు ఎక్కుతా, శిల్పాలు చెక్కుతా అని షరతులు పెట్టుకోకు. ఎందుకంటె శరీరం కంటే మనసు చాలా గొప్పది.

ముఖ్యమైన విషయం: ఎగ్జాం లో ఫెయిల్ అయితే మాత్రం ప్రాణాలు తీసుకోకండి(ముఖ్యంగా అమ్మాయిలు), మనకి ఎన్నో దారులు, ఎన్నో మార్గాలున్నాయి, ఎందుకంటే ఉన్నది ఒకటే జీవితం ఎలాగైనా చచ్చిపోతాం, అదేదో ఏదో ఒకటి సాధించి, ఒక గుర్తింపు తేచుకొని చనిపోదాం. ఎగ్జాం లో, ప్రేమలో, వివాహ బంధం లో, బిజినెస్ లో, సినిమా రంగం లో, ఆఫీస్ లో, అన్ని రంగాల్లో ఫెయిల్ అయిన సరే, చావుకి మాత్రం ఛాన్స్ ఇవ్వకండి, విజయానికి ఛాన్స్ ఇవ్వండి ఎందుకంటె చివరికి ఏదో ఒక రంగం నీకోసం కచ్చితంగా ఉంటుంది. సచిన్ టెండూల్కర్ టెన్త్ ఫెయిల్ కానీ గాడ్ అఫ్ క్రికెటర్ అయ్యాడు, నరేంద్ర మోడీ chai అమ్ముకొని బ్రతికాడు కాని ఈ రోజు మన దేశానికి ప్రధాన మంత్రి అయ్యాడు,
ముఖ్యంగా అమ్మాయిలు నమ్మకాన్ని పెంచుకొని, సంకల్పించుకొని, ధైర్యంగా ముందుకెళ్ళండి. ఒక్కసారి అరుణిమ సిన్హా(Arunima Sinha) ని గుర్తుతెచ్చుకోండి, ఒంటి కాలు తోని మౌంట్ ఎవరెస్ట్(Mount Everest) ఎక్కి ప్రపంచానికే ఆదర్శంగా నిల్చింది. మరో వీర మహిళా నీహారి మండలి(neehari mandali) తన శరీరం 70 శాతం కాలిపోయిన తర్వాత "యుద్ధం లో గెలవడం అంటే శత్రువుని చంపడం కాదు, ఓడించడం" ఈ ఒక్క మాట తన జీవితాన్నే మార్చేసింది. ఇప్పుడు తను బర్న్ సర్వైవోర్(Burn survivor) స్థాపించి ఎంతో మందికి స్ఫూర్తిగా నిలిచి చాలా మందికి జీవం పోస్తుంది.
ఇంకొంచెం క్లియర్ గా చెప్తాను, suppose మీకు చాలా నిద్రొస్తుంది వెళ్ళి బెడ్ లో పడుకోవాలి. బెడ్, లెఫ్ట్ సైడ్ నుండి ఎక్కోచు , రైట్ సైడ్ నుండి ఎక్కొచ్చు , తల వైపు నుండి ఎక్కొచ్చు , కాళ్ళ వైపు నుండి ఎక్కొచ్చు, బెడ్ కిందకి వెళ్ళి, ఆ పక్క నుండి ఎక్కొచ్చు, ఈ పక్క నుండి ఎక్కొచ్చు. అంటే గమ్యం ఒక్కటే కాని ఎన్నో మార్గాలు. ఓ అమ్మాయిలు మీకే చెప్తున్నా మీ అందానికి , మంచి మనసుకి , కొంచం ధైర్యం , కొంచం నమ్మకం , కొంచం సంకల్పం పెంచుకుంటే విజయం మీదే!
"IM the one, I WON" అని లోకానికి గొంతెత్తి చాటిచెప్పు.

తొందరపాటు

ఈ కాలంలో దాదాపు అందరు అన్ని పనులు చాలా ఫాస్ట్ ఫాస్ట్ గా అవ్వాలని తొందర పడుతారు,
తొందరగా అన్ని అవ్వాలనుకుంటే మనం కూడా తొందరగానే పోతాం, అలాని నత్త నడక కూడా కాదు.
ఓపికతో, నిదానంగా ఆలోచిస్తూ ముందుకు వెళ్ళండి.
"ఊరకకు ఊరకకు మనసా, ఊరుకితే దొరకదు హంసా" అని అన్నారు పెద్దలు.

సిలింగ్ ఫ్యాన్ మూడో నెంబర్ లో నడవాలి, టేబుల్ ఫ్యాన్ ఒకటో నెంబర్ లో నడవాలి,
గాలి రావాదానికి సమయం పడుతుతుంది కాని ఆ తర్వాత చాలా హాయిగా ఉంటది.
అందుకే చెప్పున్నా "మొండిగా పోతే మెడ తెగిపోద్ది"
"అహంకారం, తొందరపాటు అనేవి శేత్రువు కంటే ప్రమాదం"

విలువ

విలువ _దీని కోసం మనిషి ఎంతో కష్టపడుతాడు, ఆరాటాపడుతాడు మరియు తొందరపడుతాడు కూడా. ఎవ్వరైనా మనకి విలువ ఇవ్వకపోతే నా ఆత్మ గౌరవం దెబ్బతింది అని ఫీల్ అవుతారు. జనరల్ గా విలువ అనేది మనం ఒక గొప్ప స్థానంలో, మనలో గుడ్ క్వాలిటీస్, మన వయస్సు, మన వరుస ఇలాంటివి కొన్ని ఉంటె మనం విలువ పొందడానికి అర్హులం. కొందరిలో అవేమి లేకున్నా వాడు నాకు విలువ ఇవ్వలేదు, నన్ను దేకలేదు నా ఆత్మ గౌరవం దెబ్బతింది అంటూ గొడవ చేస్తారు. గొడవ చేసి మరి విలువను పొందుతారు.

ప్రపంచం లో అడగకుండా లభించేది ఒక్కటే ఒక్కటి "కృప"

ముక్కుమొహం తెలియని వాళ్ళ మిద జాలి చూపిస్తాం

ఒక బిచ్చగాడికి 5రూ/- లేదా 10రూ/- ఇస్తాం వీలైతే ఓ పూట భోజనం పెడుతాం.

ఓ చిన్న రెండు కథలు

సాయంకాలం ఓ చెట్టు కింద ఓ కుర్రాడు సిగిరేట్ తాగుతుంటాడు, అదే సమయంలో ఇంకో కుర్రాడు వచ్చి సిగిరేట్ నోట్లో పెట్టుకొని అగ్గిపెట్టా/లైటర్ కోసం పాకెట్ లో వెతుకుతుంటాడు.. ప్రక్కన సిగిరేట్ తాగుతున్న కుర్రాడు చూసి అయ్యో పాపం జాలి వేసి, హలో బ్రో(bro) ఇదిగో లైటర్ అని ఇస్తాడు.

ఓ ఆడపడుచు శ్రావణ శుక్రవారం రోజున గుడికి వెళ్లి దేవుడి ముందు ద్వీపం వెలిగించి. దేవుడా నేను పది వేల చీరే కట్టుకున్నాను, మళ్లీ వచ్చే శ్రావణ శుక్రవారానికి ఇరవై వేలా చీరా కొన్నునేల ఆశీర్వదించు స్వామీ అని వేడుకుంటుంది. అదే సమయంలో ఇంకో ఆడపడుచు ప్రమిదలలో నునే పోసి వత్తి పెట్టి ద్వీపం వెలిగించడానికి అగ్గిపెట్ట వెతుకుతుంటే, పది వేల చీర కట్టుకున్న ఆడపడుచు చూసి అయ్యో పాపం జాలి వేసి నమస్కరమండి! ఇదిగో అగ్గిపెట్ట అని ఇస్తుంది. ద్వీపం వెలిగించాక "దేవుడా ఈ సారి గుడికి వచ్చెటప్పుడు అగ్గిపెట్ట మరవకుండా గుర్తుచ్చేలా చూడు స్వామి అని కోరుకుంటుంది".

జాలి అనేది ఎక్కడ ఎవ్వరిమిదైన కలగవచ్చు అంతే కాని స్టేటస్ ని చూసి , రూపాన్ని చూసి దేన్ని బేస్ చేసుకోకుండా చూపించేదే కృప.
ప్రేమ కలగాలి అంటే, పొగరు చూపించాలంటే , విలువ పొందాలంటే ఒక స్టేటస్ లో ఉండాలి కాని జాలికి అవేం అవసరం లేదు.

"అడిగి విలువని పొంధకండి, అలా పొందిన విలువ విలువకే విలువ లేకుండా చేసినట్టు"

మన ఇంట్లో ఉంటే ఒక విలువ, భయటకి వెళ్తే ఒక విలువ, భందువుల ఇంటికి వెళ్తే ఇంకో విలువ. అంటే మన ఫ్లేసెస్ మారీనా కొద్ది మన విలువలు మారుతాయి.
ఊదహరణ : చెన్నై నుండి హైదరాబాద్ కి ట్రైన్ లో జనరల్ బోగి లో వెళ్లచ్చు, స్లీపర్ క్లాస్ లో వెళ్ళ చ్చు, ఏసి లో వెళ్ళ చ్చు. కాని జనరల్ లో వెళ్తే జనరల్ గా చూస్తారు , స్లీపర్ క్లాస్ లో వెళ్తే సింపుల్ గా చూస్తారు , ఏసి లో వెళ్తే కాస్లీ గా మరియు ఎగిరి ఎగిరి చూస్తారు. ట్రైన్ ఒక్కటే, గమ్యం కూడా ఒక్కటే కాని ఫ్లేస్ చేంజ్ అయింది నీకు విలువ పెరిగింది.
ఊదహరణ : సినిమా టికెట్ ని ధియేటర్ కి వెళ్లి తీసుకుంటే ఒక రేట్, bookmyshow లో book చేసుకుంటే ఇంకో రేట్(online charges) ఫ్లేస్ మారింది విలువ పెరిగింది.
విలువ లేని చోటుకి నువ్వు వెళ్ళకు.

ఎందకంటే xyz హోటల్ కి వెళ్ళి meals తిన్నాకా తెల్చింది బాగాలేదని మరియు సర్వీస్ కూడా సరిగ్గా చేయలదని. నెక్స్ట్ టైం ఆ హోటెల్ కి వెళ్తావా? వెళ్ళవు! అరె లాస్ట్ టైం ఈ హోటల్ కే వెళ్ళిన అస్సల్ బాగాలేదు వేరే హోటల్ కి వెళ్దాం అని అనుకుంటావ్!

అడుకున్న అన్నం తింటే అరుగుద్ది కావచ్చు, కాని అడిగి తీసుకున్న వలువ, విలువే కాదు !

"గౌరవాన్ని గద్దె మీదా నిలబెట్టాలి, కాని గద్దె కింద కుర్చ్యోపెట్టకూడదు"

నువ్వు చాలా సార్లు సర్దుకపోయిన, ఎదుటి వాళ్ళు ఒక్క సారైనా సర్దుకోవాలని ఆశించడం ఎలాంటి తప్పు లేదు, అయిన కూడా సర్దుకోకపోతే పైగా ఎదురు మాట్లాడ్తే ఆలాంటి భందాలాతో బోర్డింగ్ అంతా బోరింగ్ గా ఉంటది, నెక్స్ట్ స్టేషన్ లో హోల్ట్ అయి హాయిగా సింగిల్ గా సింపుల్ గా వేరే బోర్డింగ్ చెయ్. అర్థమైయేలా చెప్పాలంటే ఆలాంటి బంధాలను విడిచిపెట్టడం మేలు.

మనం కూడా అవతలి వాళ్ళకి రెస్పెక్ట్(respect) ఇస్తున్నాం అంటే నువ్వు తక్కువ అని కాదు, అవతలి వాళ్ళు ఎక్కువ అని కాదు "నాకు సంస్కారం ఉంది అని indirect గా తెలియజేయడం, direct గా అవతలి వాళ్ళ కి వాళ్ళ   ఫ్లేస్ ని గుర్తుచేయడం". అప్పుడే నీ పాత్రకి న్యాయం చేసినట్టు.

ఏమి చెయ్యరు!

నీకు నువ్వున్నావ్, నీతో నువ్వున్నావ్, నీ జీవితానికి నువ్వున్నావ్ ఎవ్వరు లేకున్నా ఏకాంతంగా బ్రతుకచ్చు. లేదు నాకు తోడు కావాలంటావా? సరె ఒక ఊదహరణ చెప్తాను:

నీ శేరిరా బాగంలో ఒక చొట చాలా గట్టి దెబ్బ తాకింది అని అనుకుందాం భరించలేని విధంగా నొప్పి వుంది నీ ప్రక్కనే మీ అమ్మ, నాన్నా, చెల్లి , అక్కా, అన్నయ్య , తమ్ముడు, ఫ్రెండ్స్ అందరు ఉన్నారు ఏం చేస్తారు ? ఏడుస్తారు, బాధపడుతారు కాని నీ నొప్పిని మాత్రం ఏ ఒక్కరు కూడా షేర్ చేసుకోలేరు. చివరికి నిన్ను నవ మాసాలు మోసి కని పెంచిన అమ్మ కూడా నీ నొప్పిని షేర్ చేసుకోలేరు. ఆ నొప్పిని భరిన్చాల్సింది, అనుబవిన్చాల్సింది నువ్వే.

అమ్మ ఏడుస్తుంది, భార్య/భర్త బాధపడుతారు, నాన్న వీడు ఇనడు వీడికి ఇలానే కావాలి, ఫ్రెండ్స్ ఫీల్ అవుతారు, అక్కా అయ్యో అంటుంది, చెల్లి చల్తా అంటుంది, అన్న/తమ్ముడు కొంచం ఫీల్ అవుతారు, పరాయి వాళ్ళు పాప్ కార్న్(pop-corn) తింటూ సీరియల్ ని చూసి నట్టు చూసు వెళ్ళిపోతారు .. ఎవ్వరు ఏమి చెయ్యరు!

"బంధాలని గౌరవించండి అంతే కాని బంధాలకి బంది కాకండి లేదంటే బొందలో పడినట్టే"

ఒక ఫ్రెండ్

ఒక చేతిలో రెండు సినిమా టికెట్స్, ఇంకో చేతిలో ఎగ్జాం (Exam) హాల్ టికెట్,

ఎగ్జాం (Exam) సెంటర్ దగ్గరా ఫ్రెండ్ వెయిట్ చేస్తున్నాడు హాల్ టికెట్ కోసం, సినిమా ధియేటర్ దగ్గర గర్ల్ ఫ్రెండ్ ఎదురుచూస్తుంది. Exam హాల్ కి వెళ్లి హాల్ టికెట్ ఇవ్వకపోతే ఫ్రెండ్ ఫెయిల్ అవుతాడు, సినిమా కి వెళ్లక పోతే గర్ల్ ఫ్రెండ్ బ్రేక్ అప్ చెప్తాదని భయం. ఒకవేళ హాల్ టికెట్ వెళ్లి ఇద్దామన్న exam హాల్ సిటి outskirts లో ఉంది 30 కిలోమీటర్లు పైగా ట్రాఫిక్, ఎంత లేదన్న వెళ్లి రావడానికి 3 గంటలు పడుతుంది ఆలోపు సినిమా అయిపోతుంది... మరి ఇందులో ఏది ఇంపార్టెంట్? హాల్ టికెట్ ? సినిమా?

హాల్ టికెట్, కదా! నేరుగా exam హాల్ కి వెళ్లి ఫ్రెండ్ కి హాల్ టికెట్ ఇచ్చెసి వస్తాడు. అతనికి తెల్లు గర్ల్ ఫ్రెండ్ ఇంటికి వెలిపోయిందని ఎదుకంటే రెండో సారి కాల్ చేయలేదు టెక్స్ట్ (message) చేసిందిలా: "im గోయింగ్ to home " అని చేస్తుంది.

Message చుసుకున్నాకా కాల్ చేస్తాడు. ఫోన్ రింగ్ అవుతుంది... లిఫ్ట్ చేయదు..మళ్ళి కాల్ చేస్తాడు. ఈ సారి లిఫ్ట్ చేసి "చెల్లి ఉంది ఒక్కటే నస అందుకే లిఫ్ట్ చేయలేదు" బాయ్ ఫ్రెండ్ సారీ చెప్పే లోపే "explanation వద్దు, అర్థం చేసుకున్ను ఏదో అర్జెంట్ /ఇంపార్టెంట్ పని వుందని. ఫీల్ అవ్వకు ఫస్ట్ show కి టికెట్స్ బుక్ చేసిన ఈవెనింగ్ వచ్చేయ్" అని అంటుంది.(చిరు నవ్వుతో)

ఆడ పిల్ల

ఇంటికి ఆడ పిల్ల దీపం లాంటిది, అదే అబ్బాయి బల్బ్ లాంటోడు. ఎందుకంటె బల్బ్ ని ఎగిరిపోయే వరకు దాని వైపే చూడం. మరి దీపం వెలిగించబోయే ముందు నుండి వెలిగించిన తర్వాత ఎక్కడ దీపం ఆరిపోతుందో, నూనే అయిపోతుందో అని ఆరాటం, వత్తి కాలిపోతుందని కంగారు పడతాం. చాలా sensible గా జాగర్తగా చూసుకుంటాం.

దీపం ఇంచ్చినంత కాంతి బల్బ్స్ ఇవ్వవు. దీపాన్ని ఎంత జాగ్రత్తగా చూసుకుంటే అంతకు మించి కాంతినిస్తుంది.

"ఆడ పిల్లల్ని దైర్యం చెప్పి, నేర్పిస్తూ పెంచండి"
"ప్రేమకు బానిసగా మాత్రం పెంచకండి"

ఎవరైన స్టేజ్ పైన స్పీచ్ ఇస్తుంటే ఈ సోది ఎవడు వింటార్రా అని అక్కడనుండి వెళ్ళి పోతాం. కాని వాస్తవం ఏమిటంటే

ఆ సోది చెప్పాలంటే strength ఉండాలి, సత్తా కావాలి,

ఆ సోదిలోనే ఉంది స్టామిన,

ఆ సోదిలోనే ఉంది సక్సెస్!

జీవితంలో ఎవరైన, ఏమైనా చెపుతే వినండి కాని వాటిని అప్లై చేసుకోవాలా, వద్దాని మీ నిర్ణయం.

ఉదాహరణ : ఒక బట్టలా షాప్ కి వెళ్తే దాదాపు అన్నిటిని చూస్తాం కానీ అందులో మనకి నచ్చింది మాత్రమే కొనుకుంటాం. దేన్ని ఎంత వరకు తీసుకోవాలో అంతే తీసుకోండి.

ఉదాహరణ : ఒక టైలర్ కూడా కొలతలు ఎంత తీసుకోవాలో అంతే తీసుకోవాలి. ఒక వేల ఎక్కువ తీసుకుంటే మనకి వేసుకోవడానికి వాల్ స్ట్రీట్ అంత ఉంటుంది, తక్కువ తీసుకుంటే స్ట్రీట్ అంత ఉంటుంది.

"మన ఫేస్ కి ఫేస్ క్రీమ్లు అప్లై చేస్తున్నాం, కాని మన ఫేస్ ఎత్తుకునేల ఫాక్ట్స్ (facts) ని ఎప్పుడు అప్లై చేస్తాం?"

బిల్డప్

చాలా మంది చేసే తప్పేందంటే నాకు అంతా తెల్సు అని బిల్డప్ ఇవ్వడం. ఎవరైన ఏమైనా ఒక చిన్న విషయం అడుగుతే తెల్వకున్నా నాకు తెల్సు అని అంటారు. ఇలా అనుకోవడం వల్ల అలవాటు అయిపోతుంది మైండ్ కూడా ఫిక్స్ అయిపోద్ది. ప్రపంచం లో ఎవ్వరికీ కూడా అన్ని 100% తెలియదు. ఈ బిల్డప్ ల వల్ల తెల్సుకోవల్సింది కూడా తెల్సుకోలేకపోతున్నారు. నాకు తెల్వదు అని అంటే ఎక్కడ పరుపు పోతుందో, నవ్వుతారో, ఏమనుకుంటారో, గులుగుతారో. అనుకోని ఆ ఒక్క నిమషం కోసం నిన్ను నువ్వు కోల్పోతున్నావ్! ఏమవుతుంది నీకు తెలియదు అని అంటే, నీ గుండె ఆగిపోతుందా? లేక ఈ భూమి ఉల్టా తిరుగుతుందా? మరి? మహాయితే నీ లోపల చెమటలు కారి, కాళ్ళు, చేతులు వణికి, గుండె గడ గడ మంటది, ఒక్కసారి చెప్పి చూడు, అలవాటు చేసుకో నీకు ఎన్నో విషయాలు తెలుస్తాయి పైగా నీకు వెయ్యి ఏనుగుల భలమస్తది.

వాస్తవాలు ఒప్పుకున్నపుడు వాతా పెట్టినట్టు ఉంటది, కాని తర్వాత ఉయ్యాలలో పడుకునట్టు హాయిగా ఉంటది.

"మొహమాటానికి వెళ్లి కడుపు తేచుకున్నట్టు"
"బిల్డప్ లకి వెళ్లి బట్టలు ఊడకొట్టుకోకండి"

మనిషికి ఓపిక ఎందుకు అవసరమో తెల్సా?
మొదటిది "ఓపిక ఉంటె ఏదైనా సాదించవచ్చు, సాదించాలని ఉంటె ఓపిక వస్తుంది,"వైస్ వెర్సా(vice versa) రెండోది "ఎదుటివాళ్ళ నిజా స్వరూపాలు మరియు బుద్ధి బట్ట బయలు చేయడానికి".

రోల్/రూల్

Resume లో ఎక్స్ట్రా curriculum activities అని అప్లై చేస్తాం, జాబ్ కోసం. మరి జాబ్ వచ్చినాకా, జీతం ఇచ్చే వాడి దగ్గరా అప్ప్లాస్(applause) కోసం నాలుగు గోడలా మధ్య, ప్రాసెస్(process) ఇంప్రూవ్మెంట్(improvement) లేదా enhancement అని ఇన్పుట్ చేస్తాం. కాని మన నిజ జీవితం లో ప్రాబ్లెమ్స్(problems) వచ్చినప్పుడు వాటికి సొలుషన్స్ గూగుల్ లో సర్చ్ చేస్తావా? మల్లి మల్లి problems రాకుండా root cause కి రోల్ ని రూల్ ఎవరు చేస్తారు?

రోల్ మొడల్ వచ్చి చేస్తాడా లేక రూలింగ్ పార్టీ వచ్చి చేస్తారా! ఎవ్వరు ఏమి చెయ్యరు.

మనమే మన కోసం చేసుకోవాలి. నిజ జీవితం లో కూడా ఎక్స్ట్రా curriculum activities, ఇంప్రూవ్మెంట్, enhancements కి ఎంట్రీ ఇచ్చి లైఫ్ ని peaceful గా ఆనందిద్దాం.

దేనికోసం ఈ పుస్తకం

మెప్పుకోసం రచించలేదు, మార్పు కోసం రచించినా.
ఉన్నమేట్టు నుండి ఇంకో మెట్టు ఎక్కుతారని.
మెప్పుకోసం ఏది మొదలు పెట్టకు, అలా మొదలు పెట్టిన పని, ఏదైనా, ఎన్నిటికైనా ముప్పే!

ఎన్నో ఇంటర్వ్యూలు అటెండ్ అవుతాం, ఎన్నో govt ఎగ్జామ్స్ రాస్తాం,
ఏదో ఒక్కటి తగలదాని!
ఎంతో మంది అమ్మాయిలని ట్రై చేస్తాం ఏదో ఒక్క అమ్మాయి ఇన పడదాని,
ఎన్నో లాట్రిలు కొట్టాం ఏదో ఒక్క లాటరి తగలదాని!
ఇన్ని ప్రయత్నాల్లో ఇన్ని రాయిలు వేసి ఎదోక్క రాయి తగలదాని అనుకున్నప్పుడు. అందరు కాకపోయిన కొందరు ఈ పుస్తకాన్ని చదివి ఆ కొందరిలో ఒక్కరైనా మారిన చాలు. ఎదుకంటే నేను వేసింది రాయి కాదు. నా ఆలోచన, కలం తో ఈ పుస్తకం ద్వారా రచించి, ఎవ్వరో ఒక్కరైన రత్నులగా మారుతారని నా నమ్మకం, మీ సంకల్పం.

"జీవితం అంటే తప్పించుకోవడం కాదు,
తప్పులను సరి దిద్దుకోవడం "

"ఎక్కడైతే భేదిరింపులు, భయపెట్టాడాలు, ఆణిచివెయడాలు జరుగుతాయో! అక్కడే తిరుగుబాటు మొదలవుతుంది"

ముగింపు(ఫైనల్ టచ్)

" కొన్ని బియ్యపు గింజలు కాలుతే గాని మన కడుపు మంట చల్లారదు "
మరి తన కడుపు మండిన, ఎర్రటి ఎండలో మాడిన ఆ గింజలని పండిస్తున్న రైతన్నకి జై కొడుదాం!

"వెస్టర్న్(western) కల్చర్ ని అప్పుడప్పుడు ఫాలో అవ్వండి కాని మన ఇండియన్(Indian) కల్చర్ ని
ఎప్పుడూ ఫూల్ చేసేంత ఫాలో అవ్వకండి"

"మేగాలు కరిగితే వర్షం,
విత్తనం కరిగితే మొక్కా,
నీరు కరిగితే ఎడారి,
నిప్పు కరిగితే బూడిద,
సూర్యుడు కరిగితే చీకటి,
మనసు కరిగితే ప్రేమ,
మనిషి కరిగితే చావు"!

"వాదం కి నోరు కావాలి,
జూదం కి మౌనం కావాలి,
యుద్ధానికి ఆయుధాలు కావాలి"!

"మొదట ఉరిమిన, మెరిసిన చివరి చినుకే నిన్ను మొదలు తాకేది,
మొదట నువ్వు పడిన, గిడిన, ఓడిన, అలిన చివరకి గెలిచేది మొదట నువ్వే"

"ఒకరి మంచితనాన్ని ఉపయోగించుకోండి కాని వాడుకోకండి,
ఒకరి ప్రేమని అర్థం చేసుకోండి కాని ఆ ప్రేమతో ఆడుకోకండి"

దేన్ని ఎక్కువరోజులు దాచిపెట్టకండి ఎంత ధాచిపెడుతే అంతాలా పాకుద్ది!

ఎందుకంటే మనకి ఆకలి బాగా వేస్తే అన్నం వండిన వెంటనే తింటాం, లేదా ఒక గంట/రెండు గంటలు ఆగి తింటాం. లేదంటే సాయంత్రం / రాత్రి తింటాం అప్పుడు కూడా కుదరకపోతే తెల్లవారుజామున తింటాం ఇంకా మిగులుతే fridge లో పెట్టి మధ్యాహ్నం తింటాం. మహా అయితే గరిష్టంగా రెండు రోజులు అంతే. అంతేకాని ఒక వారం రోజులు అలానే పెడుతే ఏం అవుద్ది? అన్నం కరాబై, గబ్బువాసన వచ్చి పురుగులు పట్టి ఆ తర్వాత బూజు పట్టిపోద్ది.

ఒక మనిషిని బ్రతికున్నప్పుడే గౌరవించండి, గుర్తించండి, ప్రేమించండి అంతేకాని చనిపోయాక లబో లిబో మని ఎంత మొత్తుకున్న , ఎంత సెంటిమెంట్, స్పీడ్ తో ఏడిచిన మీ కన్నీళ్ళకు మాత్రం మంటలు ఆరిపోయి రివర్స్ గేర్ వేసుకొని వాలిపోరు.

పైనున్న ఆకు, కిందున్న ఆకును చూసి నవ్విందంట,
కిందున్న ఆకు, పైనున్న ఆకును చూసి ఈర్ష్య పడిందట,
కాని కిందున్న ఆకుకి తెలువదు ఏదో ఒక రోజు నేను పైకి వెళ్తానని, పైనున్న ఆకు కిందకి వస్తదని,
అదే విధముగా పైనున్న ఆకుకి కూడా తెలవదు ఏదో ఒక రోజు నేను కిందకి వెళ్తానని, కిందున్న ఆకు పైకి వస్తదని. మనిషి బ్రతుకు కుడా అంతే!

"గడియారంలో ముల్లులు, జడలో మల్లెపూలు ఉంటేనే కరెక్ట్"
లేదు నేను గడియారంలో మల్లెపూలు పెడతా, జడలో ముల్లులు పెడతా అంటే కుదరదు.
యేవి ఎక్కడ ఉండాలో అవి అక్కడే ఉండాలి, ఎవ్వరు ఎక్కడ ఉండాలో వాళ్ళు అక్కడే ఉండాలి, ఎవ్వరు ఏం మాట్లాడాలో తెల్చుకొని మాట్లాడాలి, అంతేకాని ఈశ్వరుడు నోరిచ్చాడు కదాని అడ్డగోల్ గా మాట్లాడద్దు.

ఎంత అడ్వాన్స్‌డ్ టెక్నాలజీ పెరిగిన, ఎన్ని జనరేషన్లూ మారినా, ఎన్ని Facebook లు, ఎన్ని ట్విట్టర్ లు, ఎన్ని you tube లు, ఎన్ని Instagram లు, ఎన్ని WhatsApp లు వచ్చిన.
మన శేరిరం లో ఉన్న అవాయలు మాత్రం ఎలాంటి మార్పు ఉండదు. మారాల్సింది ఒక్కటే "మన ఆలోచన విధానం"

" నీకు నువ్వన్నావ్ ఎప్పటికి " చివరిగా కొన్ని మాటల్లో చెప్తాను,
చెప్పబోయే పదాలని, నీ గళాన్ని గట్టిగా చేసి చదువు!

"వాడు లేడు,
వీడు లేడు,
వాడు రాడు,
వీడు రాడు,
ఎవ్వడు లేడు,
ఎవ్వరు రారు,
వచ్చిన ఏమి పికరు, పీకిన ఒరిగేది ఏముందదు.
అందుకే చెపుతున్న

"నీ ముందు నువ్వున్నావ్,
నీ వెనక నువ్వున్నావ్,
నీ వెంట నువ్వున్నావ్,
నీ కోసం నువ్వున్నావ్,
నీ తోడు నువ్వున్నావ్,
నీ జాడా నువ్వున్నావ్,
నీ నీడ నువ్వున్నావ్,
నీలో నువ్వున్నావ్,
నీతో నువ్వున్నావ్,
నీకు నువ్వున్నావ్"

ఒక్క సారి దీన్ని తిరిగేద్దాం!

"నా ముందు నేనున్నాను,
నా వెనక నేనున్నాను,
నా వెంట నేనున్నాను,
నా కోసం నేనున్నాను,
నా తోడు నేనున్నాను,
నా జాడా నేనున్నాను,
నా నీడ నేనున్నాను,
నాలో నేనున్నాను,
నాతో నేనున్నాను

నాకు నేనున్నాను"

" నీ అలోచేనే నీకు నీడ, నీ నీడే నీకు తోడు, నీ కందే నీకు అండా"

నీ చెమట చిందిస్తే నిప్పు ఆరాలి, కన్నీరు నీలో ఉంటె నిప్పు రగులాలి!

జై హింద్!

" నీ అలోచేనే నీకు నీడ, నీ నీడే నీకు తోడు, నీ కందే నీకు అండా"

నీ చెమట చిందిస్తే నిప్పు ఆరాలి, కన్నీరు నీలో ఉంటె నిప్పు రగులాలి!

తరువాయి పుస్తకం

" నా ఊపిరి నా పుస్తకం" "సత్యం ఎప్పుడు మారాదు "

" గుడిసెలో గంజి తాగినా, గూగుల్లో గోల్ కొట్టిన "
నీ మాట తీరే చెపుతుంది నువ్వు ఎలాంటి వాడివని!

ఓ రాజ్యం లో రాజు, రాణికి ఎనిమిది మంది పుత్రులు, ఇద్దరు పుత్రికలు. ఓ రోజు పక్క రాజ్యం తో యుద్ధం లో ఓడిపోతారు పైగా ఎనిమిది మందిలో ఇద్దరు చనిపోతారు మరియు సైనికులు కూడా చాలా మంది ప్రాణాలు కోల్పోతారు. దేంతో ఆ రాజ్యం చిన్నబోతుంది. మిగిలిన ఆరుగురు కొడుకులు ఆగ్రహంతో రగిలిపోతారు.ఈసారి ఎలాగైనా ఆ రాజ్యాని ఓడించాలని సంకల్పం పెట్టుకుంటారు. కొన్ని రోజుల తర్వాత మళ్లి యుద్ధ శంఖం మొగుద్ది. ఆ యుద్ధంలో కూడా మరో ఇద్దరు పుత్రులు ప్రాణాలు కోల్పోతారు. మిగిలిన నలుగురు భయానికి గురవుతారు. తర్వాత రాజు, రాణి ప్రోస్తహంతో మళ్లి యుద్ధానికి అంగీకరిస్తారు. ఈసారి వేరే రాజ్యం నుండి సైనికుల్ని తిసుకొచ్చుకుంటారు.మళ్లి కొన్ని రోజులు తర్వాత యుద్ధ శంఖం మొగుద్ది.ఆ యుద్ధంలో రాజుకి స్వల్ప   గాయాలతో కిందపడిపోతాడు, ఇది చుసిన పుత్రులు ఆలోచన లేని, సహనం లేని అగ్రహానికి గురియై చేతిలో ఆయుధాలు పడేసి రంకెలేస్తూ ముందుకు పరిగేతుతూ ఇద్దరు పుత్రులు ప్రాణాలు కోల్పోతారు.వెంటనే రాజ్యానికి వేనుదిరుగుతారు.ఆ రాజ్యం మొత్తం దుక్కంలో మునిగిపోయి, చిన్నబోయి ఉండగా. వేరే ఆగ్రా రాజ్యం నుండి పరాజయమైన రాజ్యం పైన కృప కలిగి ఆ రాజు ఏకైక పుత్రుడిని, ఈ రాజ్యం లో ఉన్న ఇద్దరు పుత్రికలను వివాహం చేసుకుంటామని ఆహ్వనం పంపిస్తారు. ఇది చదివిన రాజు, రాణి వెంటనే వెళ్లి పుత్రికలకు విషయం చెపుతారు. కాని అగ్ర రాజ్యం అంటున్నారే కదా మరి ఆగ్రహం కూడా ఎక్కువైతే? పైగా మన రాజ్యం పై చిన్న చూపు కూడా ఉంటుంది. మేము దీనికి అంగీకరించము అని బదులిస్తారు.అప్పుడు వెంటనే రాజు, రాణి మీరు ఈ వివాహం చేసుకుంటే మనకి యుద్ధంలో సహాయ పడుతారు పైగా అగ్ర రాజ్యం కూడా అన్ని విధాలుగా మనకి మేలు జరుగుతుంది.సరే మాకు కొంచం సమయం కావాలి ఆలోచించుకొని చెపుతాం అని అంటారు. రెండు రోజుల తర్వాత రాజు, రాణి దగ్గరికి వెళ్లి మేము ఇద్దరం బాగా ఆలోచించాం ఆ అగ్ర రాజ్యం ఏకైక పుత్రుడి గురుంచి తెల్చుకున్నాం ధీరుడు, వీరుడు బాగా తెలివిమంతుడు పైగా అన్ని విద్యలో ఆరి తేరినవాడు. అన్ని విధాలుగా ఆలోచిస్తే మేలు జరుగుతుంది అనిపించింది. మాకు ఈ వివాహం సమ్మతమే. వెంటనే అగ్ర రాజ్యానికి సమాచారం అందిస్తారు. ఇది విన్న ఇద్దరు పుత్రులు రాజు, రాణి మరియు సోదరిలను సభలోకి రమ్మని పిలుపునిస్తారు. మేము చేతకానోలమా? ఒక యుద్ధం కోసం బలవంతంగా ఒప్పించడం ఏ మాత్రం సరి కాదు, అప్పుడు సోదరిలు మమల్ని ఎవరు బలవంతం పెట్టలేదు బాగా ఆలోచించే ఈ నిర్ణయం తీసుకున్నాం అని బదులిస్తారు. ఇది విన్న సోదరులు లోపల కోపం పెంచుకుంటారు. వారం రోజుల తర్వాత వివాహం జరుగుతుంది. వివాహనతరం సరిగ్గా రెండు నెలల తర్వాత యుద్ధం శఖం మొగుద్ది. యుద్ధానికి అగ్ర రాజ్యం ఏకైక కుమారుడు మరియు ఇద్దరు భార్యలో ఒకరు గర్భవతి కాగ మరో భార్య, ఇద్దరు సోదరలు, సైన్యం తో యుద్ధానికి బైల్ తేరుతారు.యుద్ధ భూమిలో అగ్ర రాజ్యమైన కుమారుడు అవతల సైన్యాన్ని చీల్చి చెండాడి విజయ భేరి మోగిస్తాడు.యుద్ధంతరం రాజు, అగ్ర రాజ్యం ఏకైక కుమారుడిని ఈ రాజ్యానికి రాజు అని ప్రకటించు పట్టాభిషేకం చేస్తారు.ఇది విన్న రాజు కుమారులు కోపం తో రగిలిపోతారు. ఒక సంవత్సరం తర్వాత గర్భవతైన భార్య ఒకే కాన్పులో ఇద్దరి ఆడ బిడ్డలకి

జన్మనిస్తుంది.ఆ రోజు నుండి ఆ రాజ్యం లో సంబరాలు అంబరాన్ని అంటాయి.ఆ రోజు నుండి ప్రతి సారి ఏ రాజ్యంతో నైన యుద్ధం లో ఈ రాజ్యమే విజయభేరి మోగించేది. అలా కొన్ని సంవత్సరాలు ఆ రాజ్యం సుఖ సంతోషాలతో హాయిగా ఉంది. ఇది చూసిన సోదరులు బరించలేక , ఈర్ష్యతో వంచన వేసి ఆ రాజ్యంలో ఉన్న కొందరి వ్యక్తులతో చేతులు కలిపి తల్లిదండ్రులనీ, బావని, తల్లి కాని సోదరిని అతి క్రూరంగా చంపేస్తారు. తల్లి అయిన సోదరి తన ఇద్దరి పుత్రికలతో రహస్యమైన రాజ్యం వెనకాలా నుండి పారిపోతుంది. తల్లి అయిన సోదరి కోసం ఇద్దరు సోదరలు చంపాలని ఎంత వెతికినా జాడ తెలియక రాజ్యం మొత్తం సర్వనాశనం చేసి, రాజ్యం లో ప్రజలందరినీ నిప్పుతో తగలబెట్టేస్తారు. చివరికి ఆ రాజ్యం మొత్తం శ్మశానంగా మారుతుంది. ఈ ఇద్దరు సోదరులు మరియు వ్యక్తులు కలిసి ఈ రాజ్యం కంటే చిన్న రాజ్యం కి వెళ్లి ఆ రాజుకి అబద్ధం చెప్పి రాజ్యంలో నివాసం పొందుతారు. ఈ సమాచారం తెల్సుకున్న అగ్ర రాజ్యం ఆ ఇద్దరి సోదరుల కోసం గాలిస్తుంటారు. ఈ విషయం తెలుసుకున్న ఇద్దరు సోదరులు వంచనతో ఆ రాజుని చంపేసి ఆ రాజ్యానికి ఇద్దరు రాజులవుతారు. ఇంకేముంది అన్ని చిన్న చిన్న రాజ్యాలన్నుటిని బానిసా చేసుకుంటారు. ఇప్పుడున్న ఏకైక కుమారుడు అగ్ర రాజ్యం కంటే ఈ రాజ్యమే అగ్ర రాజ్యం గా మారుతుంది. ఏకైక అగ్ర రాజ్యం కూడా ఏమి చేయలేకపోతారు. మరి కొన్ని సంత్సరాల తర్వాత తల్లి ఐన ఇద్దరి కుతుర్లని సమర్ధులని చేస్తుంది. తన తల్లిదండ్రులనీ , సోదరిని, భర్తని చంపిన సోదరులను చంపాలని కసితో ఉంది. కొన్ని రోజుల తర్వాత ఆ ఇద్దరి సోదరులకి వివాహం కుదిరిందని సమాచారం అందుతుంది. ఈ సమాచారాన్ని పట్టుకొని కుతుర్లతో తో మామ రాజ్యానికి చేరుకొని విషయం అంత వివరిస్తుంది. అయితే ముందుగా ఆ సోదరులని వివాహం చేసుకుంటున్న పెళ్లి కూతుర్ల జాడా వెతికి ఆ రాజ్యానికి వెళ్లి రాజు తో విషయం చెపుతారు మామా, కోడలు. రాజు నేను ఏమి చెయ్యాలి అని అడుగుతాడు. అప్పుడు కోడలు చెపుతుందిల మీ కూతుర్ల బదులు నా కుతుర్లని పంపిస్తా అని చెపుతుంది. ఇది విన్న రాజు ఇది గాని ఇద్దరు రాజులూ కనిపెడుతే నా రాజ్యాన్ని , నీ కుతుర్లని చంపేస్తారు అని అంటాడు. అప్పుడు ఈ రాణి అంటుంది ఇలా " నువ్వు నీ కుతుర్లకి గోరు ముద్దలు తినిపించేలోపే నా కూతుర్లు ఆ ఇద్దరికి గోరి కట్టేసి వస్తారు". వివాహ నిశ్చయము రోజు, అందరు రాజ్యంలోకి అడుగుపెడుతారు ఇద్దరు కూతుర్లు మాత్రం ఇరువైపులా గమనిస్తుంటారు. పండితులు మంత్రాలు చదువుతుంటారు, కాసేపయ్యాక పెళ్లి వచ్చే భుదవారం ఉదయం 9:15 ని లకు కాయం చేస్తారు. ఇరువురికి సమ్మతమే అని తాంబూలాలు మార్చుకున్నకా పండితులు అడుగుతారు ఏమైనా మాట్లాడాలని ఉంటె కాబోయే దంపతులు అలాపుల తోటలకి వెళ్లి మాట్లాడుకోండి అని అనగా వధువులు ఇద్దరు సిగ్గుపడుతారు . ఇంకేముందు పచ్చ జెండా ఉపేసి నట్టే, నలుగురు కలిసి తోటలోకి వెళ్లి కాసేపు మాట్లాడుకుంటారు పువ్వులను కోస్తూ. ఇక్కడ సభలో అందరు ఎదురు చూస్తున్నారు ఇంకా దంపతులు రాలేదని అయితే తోటి పెళ్లి కోడుకుని వెళ్లి పిల్చుకురమంటారు కాని వెళ్ళే సరికి ఆ తోటలో ఎవ్వరు ఉండరు.

తరువాయి బాగం!

నిర్లక్ష్యం /జల్సా

అది వర్షాకాలం, ఒక ఊరిలో ఇద్దరు స్నేహితులు, సాంబ మరియు సాంబడు, అలా సాయంత్రం ఓ చోట సరదాగా మాట్లాడుకుంటున్నారు. 'సాంబ' అనే కుటుంబం నిరుపేద కుటుంబం, "సాంబడు" అనే కుటుంబం మధ్యతరగతి కుటుంబం. టైం 7:00 అవుతుంది హటాత్తుగా గాలి, ఉరుములు, మెరుపులు పెద్ద వర్షం తర్వాత ఓ చెట్టు కిందకి వెళ్లారు. ఇలాయితే తడిసిపోతాం అనుకోని వారి వారి ఇంటికి సాంబ ఎడమ వైపు సాంబడు కుడి వైపు వెళ్ళి పోతారు . సాంబ వెళ్ళే దారిలో ముళ్ళ కంపలు దారిన పడి ఉన్నాయి చూసి కూడా లెక్క చేయకుండా పక్క నుండి వెళ్ళి పోతాడు. సాంబ ఇంటికి వెళ్ళే లోపే పవర్ పోతుంది. అమ్మ పడుకుంది, కాని (నాన్న మాత్రం సంవత్సరం ముందే పడుకున్నాడు ఇంకా లేవడు). వర్షం జోరున పడుతుంది. దీపం వెలిగిద్దామని అగ్గి పెట్ట కోసం వెతుకుతున్నాడు. హటాత్తుగా పై కప్పు కూలి అమ్మ శరీరం పై పడుతుంది. ఒక్క సారి అమ్మ గట్టిగా అరుస్తుంది. కొడుకు గాబర్ గాబర్ అవుతాడు. ఇల్లంతా చీకటి, వర్షం నీళ్ళు చివరికి అగ్గి పెట్ట దొరుకుతుంది. దీపం వెలిగించి అలా చూస్తాడు అంతే అమ్మ పై, పై కప్పు , వర్షం నీళ్ళు, వెంటనే అమ్మని తీసుకొని సైకిల్ పైన వెళ్తుండగా టైర్ కి ముళ్ళు కుచ్చి , సైకిల్ బాలన్స్ ఆపలేక అదే ముళ్ళ కంపలో పడిపోతారు. అమ్మ ప్రాణాలు కోల్పోతుంది.

నాకెందుకు లే అనుకున్నాడు, ప్రకృతి మాత్రం ఎవరికో ఎందుకు లే వాడికే చూపిద్దాం లే అనుకుందేమో. అంటే ఇక్కడ రెండు గ్రహించచ్చు ఒకటి అతను ముళ్ళు తీసి ఉంటె సామాజిక బాధ్యత మరియు అమ్మను కాపాడుకునేవాడు వ్యక్తిగత బాధ్యత.

సాంబడు వాళ్ళ అమ్మ కూరగాయలు కట్ చేస్తుంది vegetable కట్టర్ తో, సడన్ గా పవర్ పోయింది. ఏమండీ ఇన్వేర్టర్(inverter) కొంట అని చెప్పి రెండు రోజులైంది . ఈ రోజు ప్రొద్దున్నే వాడికి ఇరవై వెయిలు ఇచ్చాను తీసుకొస్త అని చెప్పాడు. సరే, అగ్గి పెట్ట వెతకండి , నేను కూడా వెతుకుతున్న ఇక్కడ. అదే రూంలో అటు ఇటు తిరుగుతుంది వంట గది కదా ఒక గంజ కాలికి తాకి సరిగ్గా గొంతు బాగం vegetable కట్టర్ పైన పడి ప్రాణాలు కోల్పోయింది.

ఇక్కడ చాలా తేలికగా తీసుకున్నాడు, తండ్రి ఇచ్చిన ఇరవై వెయిలు ఫ్రెండ్స్‌తో పార్టీ చేసుకున్నాడు ఎంజోయ్‌మెంట్ (enjoyment) కి ప్రాధాన్యత ఇచ్చాడు.

"ఎంజోయ్‌మెంట్(enjoyment) అనేది fridge లో ఐస్ క్యూబ్ లాంటిది"

విశ్రాంతి

దేనికైనా విశ్రాంతి కావాలి మానవులకి , జంతువులకి మరి వాహనములకు కూడా విశ్రాంతి కావాలి. ఎందుకంటే చాలామంది రాత్రంతా రెస్ట్ తీసుకున్న బైక్ ని ప్రొద్దు, ప్రొద్దున్నే సెల్ఫ్ తో స్టార్ట్ చేస్తారు దిని వల్ల బాటరీ వీక్ అయిపోతుంది. సెల్ఫ్ బదులు కిక్ కొట్టి స్టార్ట్ చేయండి. ఎందుకంటె మనుషులే ప్రొద్దు, ప్రొద్దున్నే లేచిన ఒక ఐదు, పది నిముషాలు పడుతుంది ఆ నిద్ర మబ్బులోనుండి బయటకి రావడానికి, ఆక్టివ్ అవ్వడానికి. మరి బైక్ ని కూడా ఒక మనిషి లగే చూసుకోవాలి. కిక్ తో స్టార్ట్ చేయడం వల్ల రెండు ఉపయోగాలు ఒకటి బాటరీ తొందరగా వీక్ అవ్వదు మరొకటి లెగ్ వ్యాయామం అవుతుంది .

వంశాపరంగా

ఇప్పుడు ఎవరినైనా నీకు ఈ ప్రాబ్లం ఎందుకు/ఎలా వచ్చింది, అలా ఎందుకు బిహేవ్ చేస్తున్నావ్ అని అడుగుతే చాలామంది ఇచ్చే సమాదానం మా వంశ పరంగా వస్తుంది అందుకే ఈ ప్రాబ్లం వచ్చింది, అలా బిహేవ్ చేస్తున్నాను, ఇలా మాట్లాడుతున్నాను అని అంటారు. Ofcourse కాని 95% వాటిని మార్చుకోవచ్చు లేదా ఆణా కట్ట వెయ్యచ్చు నీకు ఆత్మ విశ్వాసం ఉంటె. ఎందుకంటె మన పూర్వికులు, మన తాతలు ఏ స్మార్ట్ ఫోన్ వాడలేదు , facebook లు, ట్విట్టర్ లు,whatsaap లు, Instagram లు,youtube లు వాడలేదు . కాని మనం అన్ని వాడుతున్నాం . దిన్నేమంటారు ? నీ మాట తీరు మర్చుకోవలనుకుంటే, నీ ప్రవర్తన మేరుగుపర్చుకోవలనుకుంటే కచ్చితంగా నీతో అవుతుంది.

ఏ పని చేయకుండా మాత్రం దేవుడ్ని ఏది కోరవద్దు, పూజలు చేయద్దు. పూజలు చేసినంతా మాత్రాన పుంజు, కోడి అవ్వదు. కోడి, పుంజు అవ్వదు. ఎందుకంటె దేవుడు అంటాడు నీకు కష్టం వస్తే నన్ను కోరుకునేది / తిట్టేది నువ్వే , అన్ని నువ్వే చేస్తావ్ మరి నేనేం చెయ్యాలి ? అంతా నీ చేతిల్లోనే ఉంది.. నువ్వు నిజాయితిగా, నమ్మకంగా, భాద్యత గా ఉండు అదే "నేను" అంటే నీ రూపంలోనే నేను వస్తాను. " గాలికి దీపం పెట్టి దేవుడా అని అనుకుంటే ఆగుతుందా " అందుకే ఆగం , ఆగం కాకుండా ఒక దగ్గర ఆగి, అలోచించి నడుచుకో.

ఒక ట్యూబ్ లో చిన్న పింతోనే గాలి ఫిల్ చేయచ్చు, కాని మల్లి అదే చిన్న పింతోనే గాలి తియాచ్చు కూడా.

అద్రుష్టం అంటే ఏమిటి?

దాదాపు 99% ఒకరి పొరపాటే ఇంకొకరికి లాబా పాటు. దిన్నె అద్రుష్టం అంటారు. లాజిక్ గా చెప్పాలంటే అంటే ఒక బ్యాంకు ఎంప్లాయ్ B అనే కస్టమర్ కి 50,000 /- ట్రాన్స్ఫర్ చేయాలి, కాని పొరపాటున A అనే A/C కి ట్రాన్స్ఫర్ చేసాడు. లేదా అదే B అనే కస్టమర్ కి 50,000/- చేయాల్సింది 5,00,000/- చేసాడు. ఇక్కడ బ్యాంకు ఎంప్లాయ్ పొరపాటు కస్టమర్ కి లాబా పాటు. దిన్నె అద్రుష్టం అని అనుకుంటారు అందరు.

Govt జాబ్ కష్టపడితే కొట్టడం ఈజీ కావచ్చు, కాని govt సంబంధం ఒప్పించడం చాలా కష్టం. ఎందుకంటె చూసేది నీ బ్యాక్గ్రౌండ్ ని, నీ ఫేస్ గ్రౌండ్ ని కాదు.

ఆటలో దాగుడుమూతలు ఆడచ్చు కాని జీవితంలో దాగుడుమూతలు ఆడావంటే జీవితంలో దిగాజరిపోతావ్!

ఒకటి గమనించారా మనం ఏదైనా మంచి పని చేసేటప్పుడు ఎవ్వరు గుర్తించకపోతే బాధపడుతాం, కాని అదే ఒక తప్పు పని చేసే టప్పుడు ఎవరైన చూస్తారేమోనని భయపడుతాం .

అక్కడా గుర్తింపు రావాలని పోరాటం, ఇక్కడా గుర్తుపట్టద్దని ఆరాటం.

ఇంకోటి గమనించారా మన ఇంట్లో కిచెన్, డైనింగ్ హాల్ ఉన్న కూడా చాలా మంది హాల్లోనే టీవీ ముందే కూర్చొనే తింటారు.

మనం కష్టాల్లో ఉన్నప్పుడు మనల్ని ఒకరు అర్థంచేసుకొని వాళ్ళు ఒక మెట్టు దిగొచ్చి సాయం చేసినప్పుడు. మళ్లి మనం బావిష్యతులో వాళ్ళని రెండు మెట్లు కాకపోయిన ఒక్క మెట్టైన ఎక్కించండి. ఎందుకంటే దిన్నే సంస్కారం, నమ్మకం, భాద్యత అని అంటారు. లేదా కనీసం నోరు విష్పి చెప్పండి, ఇది కూడా చేయకపోతే మనం మనుషులం కాదు. ఎందుకంటె మన మొహం కూడ తెలియని govt అర్థం చేసుకొని మనకి డబ్బును ఒక స్కీం ద్వారా లేదా లోన్ రూపంలో మనకి అందజేస్తున్నారు. అర్థమైందనుకుంటా!

ఉరుములు మొరుగుతాయి,
మెరుపులు మెరుస్తాయి,
కాకులు అరుస్తాయి,
మానవ మృగాలు జంకుతాయి.

పంట కోతకి రావాలి, మనిషి కూతకి రావాలి!

"స్వర్గం, అమ్మ కడుపులో తొమ్మిది నెలలు ఉన్నంతవరకే స్వర్గం,
ఒక్కసారి బయటకు వచ్చామా అంతే సంగతులు, ఆ తర్వాత చచ్చేవరకు నరకమే"
దీనమ్మ జీవితం అని అనిపిస్తుంది.

"సెల్ఫ్ రెస్పెక్ట్ పోయేంత క్షమించకండి, ఒకవేళ ఆ పరిస్థితి వస్తే కనెక్షన్ కట్ చేసుకోండి"

"మన పాత్రలు మారుతున్నప్పుడు, మన ప్రవర్తన కూడా మారాలి"

మనం బంగ్లాలు కట్టుకోకపోయిన, సూటు, బూటు వేసుకోకపోయిన,
కారులో తిరగకపోయిన ఒకరికి చేయి చాపకుండా బ్రతుకుతే చాలు.
ఆ బ్రతుకు కూడా రాజా బ్రతుకే!

"లాబం ఉంటె పంతానికి వెళ్ళు కాని నష్టం ఉంటె పదిలంగా ఉండు"
దేనికైనా కావాల్సింది ఓపిక.

" ఒకరి అండ చూసుకొని ఎగిరిపోకు, నీ కండ చూసికొని అదిరిపో "

పాతికేళ్ళ కుర్రాడు

పాతికేళ్ళ కుర్రాళ్ళకి ఇప్పుడున్న జనరేషన్ లో ఏం కోరికలు ఉంటాయి, ఫ్రెండ్స్ తో మందు కొట్టడం, దమ్ము కొట్టడం, గర్ల్ ఫ్రెండ్ తో ఎంజాయ్ చేయడం, ముఖ్యంగా స్మార్ట్ ఫోన్ తో కాపురం చేయడం మరియు ఏదైనా కార్పొరేట్ కంపెనీ లో 25,000 /- జాబ్ కొట్టి. ఊరికే వెళ్ళి 50,000 /- అని చెప్పి 25 లక్షలు కట్నం తీసుకొని. అందులో సగం బ్యాంకు లో డిపాజిట్ చేసుకొని మిగతా సగం తో హనీ మూన్ , ఫుల్ మూన్ అంటూ దర్జాగా బ్రతుకేస్తారు. ఇదే జనరేషన్ అందులో ఒక పాతికేళ్ళ కుర్రాడు అవేమి వద్దని పెన్ను , పుస్తకాన్ని నమ్ముకున్నాడు. తండ్రికి దాహం ఎక్కువ, అందరికి దాహం వేస్తే మంచి నీళ్ళు తాగుతారు మరి ఇతను మాత్రం మంచి బ్రాండున్న మందు తాగుతాడు. తన కొడుకుకి జీవితానికి దారి చూపించాల్సింది పోయి తను దారి చూసుకున్నాడు స్వర్గానికో /నరకానికో.తల్లి కొడుకుని నమ్ముకుంది , కొడుకు పెన్, పుస్తకాన్ని నమ్ముకున్నాడు, తండ్రి మంచి బ్రాండున్న మందును నమ్ముకున్నాడు అందుకే కమ్ముకున్నాడు.

ఏ బ్రాండ్ లేని మంచి నీళ్ళు తాగుతే ప్రాణం పోస్తుంది, అదే మంచి బ్రాండున్న మందు తాగుతే ప్రాణం తీస్తుంది.

Actually ఈ కుర్రాడికి హీరో అవ్వాలని కోరిక కాని ఎందుకో కథల పైన ఇంట్రెస్ట్ పెరుగుతుంది డిగ్రీ B.com నుండే కథలు రాస్తూ తర్వాత M. Com పూర్తి చేస్తాడు. ఎన్నో కథలు రాస్తాడు కాని రచయిత గా ఎలాంటి గుర్తింపు రాదు. కాని govt నుండి మాత్రం గుర్తింపు కార్డు వస్తుంది (ఓటర్ ID). ఇలైతే లాభం లేదని హైదరాబాద్ కి వెళ్లాలని నిర్ణయించుకుంటాడు.అమ్మ కూడా సరే అంటుంది. మరి అక్కడా ఎక్కడ ఉంటావ్ ? ఒక డిగ్రీ ఫ్రెండ్ ఉన్నాడు. మరి తిరగడానికి ? సైకిల్ తిస్కెళ్తాను ఇదే బెస్ట్ ఎందుకంటె , నో పొల్యూషన్ , నో పెట్రోల్ పైగా సైక్లింగ్ exercise అవుతుంది ముఖ్యంగా ట్రాఫిక్ జామ్ అయితే ఎత్తుకొని వెళ్లోచ్చు. నా కొడుకు మేధావి ! ఇద్దరు నవ్వులు. కొడకా నా దగ్గర మూడు వేల రూపాయి లే ఉన్నాయి, మరి నీ దగ్గర? 700/- ఉన్నాయి. మరి ఎలా అని ఆలోచిస్తారు. అమ్మ ఇంట్లో తొక్కే సైకిల్ అంటే కుట్టు మెషిన్ ని అమ్మేద్దామని అనుకుంటది. అప్పుడు కొడుకు అమ్మ వద్దు అక్కడ ఎలాగైనా సరిపెట్టుకొని బ్రతుకుతాను.ఇక్కడ నీకు ఇదొక్కటే ఆధారం మరుసటి రోజు హైదరాబాద్ చేరుకుంటాడు. ఫ్రెండ్ రూమ్ కి వెళ్లి రెస్ట్ తీసుకుంటాడు రోజంతా. మరుసటి రోజు ఫ్రెండ్ కి తెలిసిన వాళ్ళ ఫ్రెండ్ ద్వారా కొందరు రచయితల్ని /ప్రొడ్యూసర్స్ ని కలిసి కథలు చెప్తాడు కాని ఎలాంటి ఫలితం ఉండదు. అలా ఒక నెల గడుస్తుంది. ఇంకా లాభం లేదని ఏదైనా కొత్త కథ రాద్దామని ఓ క్రికెట్ గ్రౌండ్ పక్కన చెట్టు కింద కూర్చొని ఆలోచిస్తుంటాడు. కొన్ని విభిన్నమైన కథలు రాస్తాడు అలా మరో నెల గడుస్తుంది. అయిన కూడా ఎలాంటి ఫలితం ఉండదు. తెచ్చుకున్న డబులు మొత్తం ఐపోతాయి తనకి ఫుడ్ తన ఫ్రెండ్ చూసుకుంటాడు పైగా పాకెట్ మనీ కూడా ఇస్తాడు(కాని ఎంత క్లోజ్ ఫ్రెండ్ అయిన డబ్బుల దగ్గర వేరే విధంగా ఉంటుంది ఎందుకంటె మన ఇంట్లో వాళ్ళ దగ్గర అడగలంటేనే ఏదో విధంగా ఉంటది ఒక వయసు వచ్చాక). ఇంటికి వెళ్ళామని అనుకొని ఆ రోజు రూమ్ లోనే ఫుడ్ ప్రిపేర్ చేసుకొని టిఫిన్ బాక్స్ లో పెట్టుకొని ఓ సారి అ చెట్టు దగ్గరికి వెళ్లి కాసేపు కూర్చుంటాడు. కలిగా ఎందుకని పుస్తకం, పెన్ తిసి కథ రాద్దామని ఆలోచిస్తుంటాడు ఈలోగా మధ్యాహ్నం ఒంటి గంట అవుద్ది, తెచ్చుకున్న లంచ్ బాక్స్ ని ఓపెన్ చేసి నోట్లో రెండు, మూడు ముద్దలు పెట్టుకున్నాడో లేదో ఎక్కిళ్ళు వస్తాయి కాని వాటర్ లేవు అటు ఇటు చూస్తాడు ఓ ఇల్లు కనబడుద్ది కొంచం దూరంలో వెంటనే వెళ్లి డోర్ కొడుతాడు, లోపల నుండి ఎవ్వరు అని "చెక్కర కన్నా తేనె తింటే ఎంత స్వీట్ గా, అంతా సాఫ్ట్ గా అంతా స్వీట్ గా" ఉంటది అమ్మాయి వాయిస్. మళ్ళి డోర్ కొడుతాడు, ఈ సారి వస్తున్నాను ఒక్క నిమషం. నిమిషం తర్వాత వచ్చి డోర్ ఓపెన్ చేసి, ఎవరు మీరు ? ఎక్కిళ్ళ తోనే చెప్పడానికి ట్రై చేస్తాడు కాని కుదరదు. అప్పుడు అమ్మాయి అతని కుడి చేతిని చూసి (మనుసులో బిచ్చగాడు కావచ్చు పాపం అన్నం తింటుంటే ఎక్కిళ్ళు వచ్చినట్టున్నాయి, నిజమే బిచ్చవాళ్ళ దగ్గర వాటర్ బాటిల్స్ ఉండవ్ కదా అనుకొని , వెంటనే లోపలికి వెళ్లి తాగడానికి గ్లాస్ లో వాటర్, తిసుకెళ్లడానికి వాటర్ బాటిల్ కూడా ఇస్తుంది . థ్యాంక్స్ చెప్తాడు , అప్పుడు మనుసులో బెగ్గర్స్ థ్యాంక్స్ కూడా చెప్తారా?సూపర్ ! అంటే, అతను మంచి బెగ్గర్ అన్నమాట (so, he is good Beggar). వెళ్లి అన్నం తినేసిన తర్వాత ఆలోచిస్తుంటాడు ఎంత బాగుంది అమ్మాయి పైగా మంచి మనుసు, అర్థం చేసుకొని వాటర్ బాటిల్ కూడా ఇచ్చింది. మనుసులో ఏదో అలజడి మొదలైంది. ఇంటికి వెళ్ళే ఆలోచన మానుకుంటాడు కాని ఇక్కడ ఉండాలంటే డబ్బులు కావాలి. ఎలా అని ఆలోచిస్తాడు , ఏదైనా జాబ్ ట్రై చేద్దాం ఇంకో వారం రోజులు ఉండిపోతాడు. ఒక మూడు రోజుల తర్వాత టన్స్లే రెస్ ఫ్లస్ పెరుగు ప్యాకెట్ పట్టుకొని వచ్చి చెట్టు కింద కూర్చొని కథ రాస్తుంటాడు, గ్రౌండ్ లో క్రికెట్ ఆడుతుంటారు సడన్ గా బాల్ వచ్చి మనోడి దగ్గర పడుతుంది బట్ కథలో మునిగిపోతాడు, క్రికెట్ ఆడే వాళ్ళు "hello boss can u please

throw the ball" అలా ఒక ఐదారు సార్లు పిలిచినా అస్సల్ వినడు. సో అందులో ఒకడు వచ్చి ఏంటి boss ఎంత పిలిచిన వినవేంటి. అని అడిగి బాల్ తీసుకొని ఏంటి ఏం రాస్తున్నాడు అస్సల్ చూడట్లేదు అని ఒక్క సారి పుస్తకంలో చూసి "తెలుగు రాస్తున్నావా " అని నవ్వుతాడు whatey man ఇంకా తెలుగు పట్టుకొనే కూర్చున్నావా చూడడానికి బాగున్నావ్ ! ఇంకా తెలుగేంటి yo! Yo! అనాలి కదా. ఆ మాటలు విన్న రచయిత నర నరాలు బిగించి తల పైకెత్తి ఆమంతగా లేచి ఇంకొక మాట నీ నోట్లో నుండి వస్తే నీ బట్టలు విప్పి , నీ శరీరం లో దొరికిన నరాన్ని పీకి ఆ నరం తో చెట్టుకి ఎలాడ తీస్తా. ని పేరేంటి? కిరణ్, ఇల్లు ఎక్కడ? ఇక్కడే పక్కనే. చలో ఇంటికి పద. జేబులో డబ్బులు ఉన్నాయా ? అ ఉన్నాయి. ఆటో లో ఇంటికి వెళ్ళి. అందరిని బయటకి పిలువు అని చెప్తడు అందరు బయటకు వస్తారు. అందర్ని పేరు ఆడుగు తాడు ఒక ఒక్కరు కృష్ణ కుమార్ , శ్రీ లక్ష్మి , , అర్జున్ , జ్యోతి అయి చెప్తారు . మీ ఇంట్లో ఇంత మంది కి తెలుగు పేర్లు ఉన్నాయి. నువ్వు పుట్టింది ఇక్కడే , పెరిగింది ఇక్కడే చదివింది ఇక్కడే, జాబ్ మాత్రం విదేశాల్లో. అందరికి నమస్కారం, నేను ఒక తెలుగు రచయిత ని . మీ అబ్బాయి కి తెలుగు సంస్కారం గురించి నేర్పించండి అని చెప్పి
"దేశ భాషలందు తెలుగు లెస్స " అని ఉరికే రాలేదు అని అక్కడ నుండి వెళ్ళి పోతాడు అందరికి నమస్కారం పెట్టి. మధ్యాహ్నం ఒంటి గంటకి బాక్స్ ఓపెన్ చేసి పెరుగు తో కలిపి నోట్లో పెట్టుకుంటే సప్ప సప్ప గా ఉంటది ఈ సారి ఉప్పు తెచ్చుకోలేదు ఇంకేముంది ఆ అమ్మాయి ఇంటికి వెళ్ళి డోర్ కొడుతాడు. అమ్మాయి ఎవ్వరు అని వచ్చి డోర్ ఓపెన్ చూస్తే

అమ్మాయి : హే నువ్వేంటి మళ్ళి ఇక్కడ? అన్నం కావాలా?

అబ్బాయి : కాదు!

అమ్మాయి : మరి ఏం కావాలి ?

అబ్బాయి : అన్ని ఎసి చూడు, నన్నేసి చూడు అని అంటది చూడు, అది కావాలి!

అమ్మాయి : ఏంటి ? అన్ని ఎసి చూడు, నన్నేసి చూడా ! అంటే?

అబ్బాయి : ఉప్పు అండి, సాల్ట్!

అమ్మాయి : అదేంటి ఉప్పు ఎందుకు ? అసలు ఎవ్వరు నువ్వు? బిచ్చగాడివి కాదా ?

అబ్బాయి : అయ్యో నేను బిచ్చగాడిని కాదు.

అమ్మాయి : మరి ఎవ్వరు ?

అబ్బాయి : నేను ఒక రచయిత ని, కథలు రాస్తుంట.

అమ్మాయి : ఎక్కడ? ఎవ్వరిమిద ?

అబ్బాయి : ఆ చెట్టు కింద ! పుస్తకంలో!

అమ్మాయి : ఓహ్! సూపర్! ఈ కాలంలో చెట్టుకింద కథలు, ఇంటరెస్టింగ్ (interesting)

అబ్బాయి : మరి. మీరేం చేస్తుంటారు ?

అమ్మాయి : చెట్లకి నీళ్ళు పోస్తుంటాను

అబ్బాయి : ఏ పార్క్ లో ?

అమ్మాయి : అయ్యో పార్క్ లో కాదండి , నర్సరీ(nursery) లో

అబ్బాయి : స్కూల్ లో చెట్లకా

అమ్మాయి : అరె రామా ! nursery అంటే చిన్న చిన్న పూల మొక్కలు ఇంకా చాలా రకాలు మొక్కలని పెంచుతారు. ఇది కూడా తెలిదా .

అబ్బాయి : తెలుసు బట్ సరదాగా అలా!

అమ్మాయి : సరే నాకు కథలు అంటే చాలా ఇష్టం , వెళ్లి నీ బ్యాగ్ తీసుకొని రా

అబ్బాయి : మరి ఇంట్లో ఎవరు లేరా ?

అమ్మాయి : నువ్వు వెళ్లి తీసుకొని రా పైన ఇంకో nursery ఉంది వెళ్లి మాట్లాడుకుందాం

అబ్బాయి : ఆనందానికి హద్దులు ఉండవు చాలా ఖుషి అవుతాడు, వెళ్లి బ్యాగ్ తీసుకొని పైకి వెళ్తాడు

అమ్మాయి : ఎక్కడ మీది ?

అబ్బాయి : చంద్రమండలం ఐతే కాదు , భూ మండలే

అమ్మాయి : అప్పుడే పంచలేస్తున్నావ్ !

అబ్బాయి : లేదు ఇపుడే లంచ్ అయింది .

(ఇద్దరు నవ్వులు)

అబ్బాయి : నా ఊరు ఆదిలాబాద్ . మరి మీది ?

అమ్మాయి : నాది వైజాగ్ పక్కన చిన్న ఊరు .

అబ్బాయి : మరి ఈ ఇల్లు ఎవరిది ?

అమ్మాయి : actually నేను ఈ ఇంటి ఏజమాని వాళ్ళ పిల్లలకి tution చెప్తాను. సడన్ గా వాళ్ళు అమెరికా వెళ్ళాల్సి వచ్చింది . సో, nursery ఉంది కదా, నన్ను చూసుకోమని అడిగారు. పైగా నాకు చెట్లని పెంచడం అంటే ఇష్టం అందుకే సరే అన్నాను . నా మీదా నమ్మకం తో ఇల్లుని అప్పగించారు అదికూడా ఇంట్లో ఒన్లీ కిచెన్ , బాత్రూం, బయటా nursery మిగతా డోర్స్ అన్ని లాక్ .(నవ్వుతూ)

అబ్బాయి : నమ్మకం ఉంటుంది మరి , ఎందుకంటె మీరు చాలా అందంగా ఉంటారు, వాయిస్ "సాఫ్ట్ టిష్యూ ల సాఫ్ట్ గా , తేనె లా స్వీట్ గా" ఉంటుంది , నడక నాట్యం లాగా, నవ్వు నీట్ గా. ఇన్ని ఉన్నప్పుడు ఆ మాత్రం నమ్మకం ఉండాలి .

అమ్మాయి : జోక్స్ హా ?

అబ్బాయి : కాదు , క్లారిటీ!

అమ్మాయి : ఏదో ట్రై చేస్తున్నావ్ కొత్తగా .సరే కొన్ని నువ్వు రాసిన కథలు చెప్పు , ఎందుకంటె ఏదైనా బాగుంటే నాకు ఒక తెల్సిన ప్రొడ్యుసర్ ఉన్నారు బాగుంటే వెళ్లి కలుద్దాం .

అబ్బాయి : సరే అని కొన్ని కథలు చెప్తాడు

అమ్మాయి : అన్ని కథల కంటే మూడో కథ బాగుంది , కాని అంతా కాకుండా ఇంటర్వెల్ సీన్ మాత్రమే బాగుంది . మిగుతదంతా డిలీట్ చెయ్ . నేను చెప్పబోయేది యడ్ చెయ్ . కాని క్లైమాక్స్ నువ్వే రాసుకోవాలి పైగా ఈ స్టారీ కి కరెక్ట్ ఆఫ్ అవ్వాలి ఆ భాద్యత నీదే.

అబ్బాయి : సరే అంటాడు

అమ్మాయి : టైటిల్ " క్రితికి ప్రక్కన రెండు మనుసులు " ఇది రియల్ గా జరిగిన కథ. అది 1993 సంవత్సరం కాచిగూడ రైల్వే స్టేషన్. కాచిగూడ నుండి రేనుగుంట వెళ్ళే రైల్లో జనరల్ బోగీలో క్రితికి ప్రక్కన ఓ 24 ఏళ్ళ కుర్రాడు కూర్చొని అతని ముందున్న సీట్ కూడా తన బ్యాగ్ పెట్టి ఎవర్ని కుర్చోనివ్వడు ఫైగా ఎవరైన అడుగుతే ఉన్నారు, వస్తారు అని సమాధానం ఇస్తాడు(ఆ కుర్రాడికి తెల్సు ఎవ్వరు లేరు, రారు అని అయిన కూడా సీట్ లో ఎవ్వరని కుర్చోనివ్వడు). బోగి మొత్తం పాసెంజర్స్ తో నిండి పోతుంది . ట్రైన్ బయల్తేరుతుందని అనౌన్స్మెంట్ అవుతుంది. ఆ కుర్రాడు మాత్రం బ్యాగ్ మాత్రం తియ్యడు, సీట్ ఎవ్వరికీ ఇవ్వడు . సరిగ్గా ట్రైన్ మూవ్ అయ్యేసరికి ఓ 21 ఏళ్ళ అమ్మాయి తన బ్యాగ్ పట్టుకొని పరుగెత్తుతుంది చివరికి ట్రైన్ ఎక్కి సీట్ కోసం చూస్తుంది కాని ఎక్కడ ఖాలి ఉండదు అంత మందిలో ఖాలి ఉన్న సీట్ ఆ అమ్మాయికి కనపడదు. కాసేపు అలానే నిల్చుంటుంది , ఒళ్ళంతా చెమటలు తనకి తాను చిరాకు పడుతుంది. కాసేపయ్యాక ఆ కుర్రాడు వెనక్కి చూస్తాడు , ఆ అమ్మాయి కనిపిస్తుంది వెంటనే ఎందుకో తెలిదు.

అబ్బాయి : హలో excuse me సీట్ ఉంది కుర్చుంటారా ?

అమ్మాయి : నిజామా ? సీట్ లో వెళ్ళి కూర్చొని , హమ్మయ్య ! పోయిన ప్రాణం మళ్ళి వచ్చింది అని అనుకుంటుంది. కాసేపయ్యాక అబ్బాయి కి "థాంక్ యు సో మచ్ " ఫర్ యువర్ కన్సర్న్(Thank you so much for your concern) అని చెప్పి మనుసులో ఎవ్వరితను ? నేను ఎక్కి ఒక ఇరవై నిముషాలు అయింది ఇంతసేపైన ఎవ్వరికీ ఇవ్వలేదు . ఎందుకు? ఫైగా నేను అతని వెనకాలా నిల్చున్నాను , వెనక్కి చూసి మరి సీట్ ఆఫర్ చేసాడు . ఇప్పుడు నేను దీన్ని మంచితనం అనుకోవాలా లేక నన్ను ముంచేతనం అనుకోవాలా? బట్ చూడడానికి డీసెంట్ గా, స్టైల్ గా ఉన్నాడు ఫైగా చదువుకున్నవాడిల కనిపిస్తున్నాడు. వెయిట్ చేద్దాం ఇంకా 11 గంటల జర్నీ ఉంది కదా. ఒక వన్ హొవర్ తర్వాత.

అబ్బాయి : బ్యాగ్ లో నుండి పుస్తకం, పెన్ తీసి ఏదో రాసుకుంటాడు .

అమ్మాయి : ఏంటి, ఏం రాస్తున్నాడు ? మాట్లాదుదామా? అయిన అతను మాట్లాడచ్చు కదా ! పొగర ? కాదు లే అలా ఏం లేదు. సరే నేనే మాట్లాడదుతాను . హలో ! హొయ్ ,

అబ్బాయి : హొయ్ !

అమ్మాయి : ఏంటి, ఏం రాస్తున్నారు ?

అబ్బాయి : నాకు కథలు రాయడం అంటే పిచ్చి , టైం లేకపోయిన, కుదురించుకొని మరి రాస్తాను

అమ్మాయి : ఓహ్ ! గుడ్ !నైస్!

అబ్బాయి : Thank you !

ట్రైన్ మేహబూబ్ నగర్ స్టేషన్ లో ఒక 15 నిముషాలు అగుద్ది. అమ్మాయి బ్యాగ్లో నుండి ఆరంజ్ తీసి అబ్బాయి కి ఇస్తుంది కాని అబ్బాయి నో థాంక్స్ అంటాడు.

అమ్మాయి : ఏంటి ఇతను ఒక అమ్మాయి ఆరంజ్ ఇస్తే తీసుకోలేదు అని మనుసులో అనుకుంటుంది .

ట్రైన్ మూవ్ అయ్యాక

అబ్బాయి : హలో excuse me.

అమ్మాయి : చెప్పండి , (yes tell me)

అబ్బాయి : కొన్ని నీళ్ళు ఇస్తారా ?

అమ్మాయి : మనుసులో "ఆరంజ్ ఇస్తే తీసుకోలేదు కాని వాటర్ కావాలా" అనుకొని sure ! కచ్చితంగా.

అబ్బాయి : thank you! బట్ వాటర్ కొంచం ఉప్పుగా ఉన్నాయి .

అమ్మాయి : చెక్కర కలపలేదు అందుకే ఉప్పుగా ఉన్నాయి !

అబ్బాయి : ఏంటి ?

అమ్మాయి : జస్ట్ జోక్ చేసాను.

(ఇద్దరు నవ్వులు)

అలా ఇద్దరు మాటల్లో మునిగిపోతారు

అమ్మాయి: నా పేరు సంగామిత్ర , ఇంట్లో ఉష అని పిలుస్తారు మాది రేనుగుంట బి.టెక్(EEE) పూర్తిచేసాను తిరుపతి లో. ఇప్పుడు రేనుగుంట లోనే APSPDCL లో అసిస్టెంట్ ఇంజనీరింగ్ గా జాబ్ వచ్చింది దీనితో పాటు సివిల్స్ కి ప్రిపేర్ అవుతున్నాను.

అబ్బాయి : నా పేరు సిద్ధార్థ్ మల్లోత్రా , ఇంట్లో సిద్ధు అని పిలుస్తారు, మాది హైదరాబాద్. B.COM పూర్తి చేసి ఫ్యాషన్ designer గా చేస్తున్నాను చెన్నై లో, దీనితో పాటు కథలు రాస్తుంటాను.

అమ్మాయి : ఒకటి ఆడగల ?

అబ్బాయి : హా ! అడగండి

అమ్మాయి : ఎం లేదు ఫ్యాషన్ designer గా చేస్తున్నారు కదా మరి రిజర్వేషన్ చేసుకోలేదా?

అబ్బాయి : సడన్ ప్లాన్! ఒక ప్రొడ్యూసర్ ని కలుద్దామని వచ్చాను బట్ టైం కి నేను వెళ్ళ లేదు.మరి మీరు ?

అమ్మాయి : నేనుకూడా మీలాగే సడన్ ప్లాన్ బట్ నేను న్యూ ఢిల్లీ లో సివిల్స్ కోచింగ్ తీసుకుంటున్నాను డైరెక్ట్ ట్రైన్ కి టికెట్స్ దొరకలేదు సో ఇలా హాల్ట్ అయి మీ ముందు కూర్చున్నాను. APSPDCL వాళ్ళు ఫోన్ చేసి ఎదో ఎంక్వయిరీ కోసం రమ్మన్నారు అందుకే ఈ సడన్ జర్నీ.

అలా కాసేపు ఇద్దరు మాట్లాడుకుంటారు.

అబ్బాయి : ఏంటి ఈ అమ్మాయి కళ్ళలో నీళ్ళు మరియు బాధ, తనకి ఇష్టం లేనిది ఏదో జరిగింది.

తన పుస్తకం లో రాసి అమ్మాయి కి ఇస్తాడు

ఇది చదివిన అమ్మాయి ఇంకా అబ్బాయి పైన ఇష్టం పెరుగుతుంది. ఉష కూడా పుస్తకంలో నికుడా సమాజం కోసం ఏదో చేయాలనీ తపన కనబడుతుంది నీ మాటల్లో . అలా ఇద్దరు పుస్తకం తో మాట్లాడుకుంటారు. ఎవ్వరికి వినపడకుండా , కనపడకుండా. ఒక పది నిముషాలు తర్వాత సిద్ధార్థ్ అంటాడు ఇలా "జనాలు ఎలాంటి వాళ్ళో తెలుసా "గుంపులో గోవింద , నలుగురితో నారాయణ" అనుకుంటూ బ్రతికేస్తున్నారు.

ఉష, కరెక్ట్ గా చెప్పారు మీరు, అని తన బ్యాగ్ లో నుండి ఆరంజ్ తీసి ఇద్దరు సగం సగం తింటారు.

కర్నూల్ స్టేషన్, సిద్ధార్థ్ ట్రైన్ దిగి ఒక మ్యారిగోల్డ్ బిస్కెట్ ప్యాకెట్ మరియు వాటర్ బాటిల్ కొనుకుంటాడు.

తర్వాత ట్రైన్ ఎక్కి సీట్లో కూర్చొని బిస్కెట్ కూడా ఇద్దరు కలిసి తింటారు

ఇద్దరు ఒకర్ని ఒకరు చూసుకుంటారు, సిధార్థ్ చూడకముందు ఉష చూస్తుంది, ఉష చూడకముందు సిధార్థ్ చూస్తాడు . కాని ఇద్దరికీ తెలుసు చూసుకుంటున్నామని.

సిధార్థ్ : ఏదో దాస్తుంది , కొంచం బయంగా కూడా ఉంది పైగా ప్రతి సారి మెడ బాగంలో ఏదో కవర్ చేస్తుంది. గుత్తి జంక్షన్ స్టేషన్, ట్రైన్ 30 నిముషాలు ఆగుతుంది. సిధార్థ్ ట్రైన్ దిగి కాసేపు అటు ఇటు నడుస్తు ఆలోచిస్తాడు ఉష గురించి. ఒక ఐదు నిమిషాలకు ఉష కూడా ట్రైన్ దిగుతుంది. ఈ లోపు సిధార్థ్ ఉష కి పెళ్లి అయింది కావచ్చి అందుకే మెడ బాగంలో తాళి ని కవర్ చేస్తుంది. ఇంత చిన్న వయసులో పెళ్లి ఏంటి అని అందరు అనుకుంటారని తను నామిష్ గా ఫీల్ అయి కవర్ చేస్తుంది అని అనుకుంటాడు.

సడన్ గా వెనకాలా నుండి "నువ్వు అనుకున్నది నిజమే నాకు పెళ్లైంది మూడు నెలల క్రితమే" . నన్ను నీతో పాటు తిస్కెల్తావా? ప్లీజ్... అప్పుడు

సిధార్థ్: న్యూ ఢిల్లీ, సివిల్స్ , అసిస్టంట్ ఇంజినీరింగ్ జాబ్ అన్నావ్ కదా, మరి ఇప్పుడు ఇంతా సడన్ గా.?అంటే నీ పెళ్లి సడన్ గానే, నీ జర్నీ సడన్ గానే, ఇప్పుడు ఈ నిర్ణయం కూడా సడన్ గానే.అంటే నీ లైఫ్ మొత్తం సడన్ గానే.

ఉష : ఆ అవును!

సిధార్థ్ : ఏంటి అవును? నాకిక్కడ హడల్, దడల్ గా ఉంది నువ్వు ఇచ్చిన సడన్ ట్విస్ట్ కి

ఉష : మరి నువ్వు కర్నూల్ స్టేషన్ లో నా చెవిలో ఏం చెప్పావ్ ? "నువ్వు చాలా సెక్సీ గా ఉన్నావ్ అనలేదు?

సిధార్థ్ : హా! అన్నాను , అది కంప్లిమేంట్! ఇది కంప్లికేటెడ్! రెండిటికి ఈ రైల్ ఇంజిన్ ఆ చివరి భోగి వరకు ఉన్నంతా గ్యాప్ ఉంది.

ఉష : అందుకే చెప్పున్నా మధ్యలో ఉన్న అన్ని భోగిలని తీసేసి , ఆ ఒక్క చివరి భోగిని ఇంజిన్ తో తిస్కేల్లు. అంటే ఇక్కడ నువ్వు ఇంజిన్, నేను ఆ చివరి భోగి.

సిధార్థ్ : అమ్మ ఏం మాటలు నేర్చినవ్. రైటర్ నువ్వా ? నేనా ?

ఉష : నువ్వే! కాని ఒక్కటికి గుర్తుకు వచ్చింది

సిధార్థ్ : ఏంటది ?

ఉష : ఎన్ని అనుభవాలు ఎదురైనా నేర్చుకోనివాళ్ళ ని మూర్ఖులు అని అంటారు, అనుభవం వచ్చేదాక నేర్చుకోనివాడిని మధ్యముడు అని అంటారు , ఇతర అనుభవాల నుండి నేర్చుకున్నా వాళ్ళ ని ఉత్తములు అని అంటారు అంటే తెలివైన వాళ్ళు.

సిధార్థ్ : అంటే ఇప్పుడు నువ్వు తెలివైన దానివా ?

ఉష : అవును, నీ నుండే నేర్చుకున్నాను .

సిధార్థ్ : సరే ఇదంతా పక్కన పెట్టు, అసుల్ ఎందిదంతా సడన్ గా వచ్చి తిస్కేల్లమంటే ఎక్కడికి తిస్కేల్లాలి నువ్వే చెప్పు. ముందు నాకు నీ ఫ్లాష్ బ్యాక్ చెప్పు అప్పుడు ఆలోచిస్త, ఇంకా ట్రైన్ మూవ్ అవ్వడానికి ఇరవై నిమషాలు ఉంది.షార్ట్ గా చెప్పు.నువ్వు చెప్పింది నాకు నమ్మకం కలుగుతే ఇక్కడే నేను నిన్ను పెళ్లి చేసుకుంటా .

ఉష : నిజామా ? నమ్మొచ్చు ?

సిధార్థ్ : ఒకటి గుర్తుకొచ్చింది

ఉష : ఏంటది ?

సిధార్థ్ : నమ్మకం లేని వాళ్ళ కి ఎంత చెప్పిన నమ్మరు, నమ్మకం ఉన్న వాళ్ళ కి చెపుకున్న నమ్ముతారు !

ఉష : చెప్పింది బాగానే ఉంది . కాని అది ఇదువరకు పరిచయం ఉన్నవాళ్ళ కి సూట్ అవుతుంది , నేను ఇప్పుడే పరిచయం అయ్యాను కదా . ఎలా నమ్మాలి ?

సిద్ధార్థ్ : కదా ! మరి నమ్మకం లేనిదే నువచ్చి నన్ను ఎక్కడికైనా తిస్కెళ్లు అని అడుగుతావా.

ఉష : అది కూడా నిజమే !

సిద్ధార్థ్ : నిజమే కాదు, "థిస్ ఇస్ ది పాయింట్ "(this is the point) అంటే నువ్వు నన్ను నిజం గానే తిస్కెళ్లమన్నావా లేక నన్ను ట్రాప్ చేయడానికా ?

ఉష : నేను నిన్ను ట్రాప్ చేస్తనా ? నాకు అంత సీన్ లేదు అవసరం అంతా కన్నా లేదు. ప్లీజ్ నన్ను నమ్ము. ఇన్ని గంటలు అవుతుంది మనం కలిసి , మాట్లాడుకొని .. అర్థం కాలేదా?

సిద్ధార్థ్ : అంటే "నన్ను నమ్ముకో, ఉన్నది అమ్ముకో " అని indirect గా చెప్పన్నావ్ !

ఉష : ప్లీజ్ సిద్ధార్థ్, చాలు ఇంకా, ఆపు

సిద్ధార్థ్ : సరే! ఒకే, ఒకే చెప్పు ఇంకా 15 నిముషాలు మాత్రమే ఉంది, షార్ట్ గా చెప్పు

ఉష : అమ్మ కి డబ్బు పిచ్చి, నాన్నకి తాగుడు పిచ్చి, నాకు చదువు పిచ్చి

సిద్ధార్థ్ : అంటే మొత్తానికి పిచ్చి ఫ్యామిలీ అన్నమాట.

ఉష : సిద్దూ... అని మనుసులో అగు నీకో జలక్ ఇస్తా

ఉష : నేనే పెళ్ళి చేయమని అడిగాను అమ్మ నాన్నల్ని , పెళ్ళి చేసాక తెలిసింది వాడికి ముద్దులు, మురిపాలు, సరసాలు అలాంటివి ఏమి తెలేదు.

సిద్ధార్థ్ : అంటే ఇప్పుడు నువ్వు ముద్దులు, మురిపాలు, సరసాలు వాటి కోసమే నన్ను తిసుకేల్లమన్నావా ? వామ్మో!

ఉష : అలా అని కాదు, అవి కూడా ఒక బాగమే కదాని చెపుతున్న, అంతే. అవిఅనే కాదు సింపుల్ గా చెప్పాలంటే కిక్ ఇవ్వని మందు లాంటోడు.

సిద్ధార్థ్ : మంచి బ్రాందున్న కాస్త్లో మందు తగిపివ్వ కిక్ వస్తది కావచ్చు.

ఉష : సిద్ధూ... actually, ఆ పెళ్ళి నాకిష్టం లేదు.

సిద్ధార్థ్ : లేకపోతే ఎంటి నువ్వు చెప్పే రీజన్ సిల్లీ గా ఉన్నాయి మరి ఇది స్టైయిట్ గా చెప్పుకా ముద్దు లేదు , మురిపం లేదు అని యేవో యేవో చెప్పన్నావ్ !

ఉష : సిద్ధూ..,ప్లీజ్! ప్లీజ్! ఊరికే చెప్పాను అలా. Actually, ఆస్తి మొత్తం నాన్న వాళ్ళదే, అమ్మకి ఒకేసారి అంతా డబ్బు చూసేసరికి డబ్బు పైన మోజు పెరిగింది, నాన్న పైన మోజు తగ్గింది, నాన్నని పట్టించుకోవడం మానేసింది . అలా నాన్న తాగి తాగి చనిపోయాడు. అమ్మకి ఇంకా డబ్బు పైన పిచ్చి బాగా పెరిగింది సమాజంలో అమ్మ ఒంటరిగా ఉంటె రక రకాలుగా అనుకుంటే నాకు చాలా బాధేసింది. ఓ రోజ అమ్మని పెళ్ళి చేసుకోమన్నాను, కానీ ఒక కండిషన్ పెట్టింది, నేను చేసుకుంటే అమ్మ కూడా చేసుకుంటా అన్నది. సో సెంటిమెంట్ కి సీజ్ ఐపోయాను. చివరికి అమ్మ కోసం ఒప్పుకున్నాను. ఒకే రోజ ఇద్దరం పెళ్ళి చేసుకున్నాము. అందరు అమ్మ, కూతుర్ల పెళ్ళి ఒకే రోజ అని వింతగా బావించి కొందరు నవ్వారు, మరి కొందరు కోమా లోకి వెళ్ళారు. ఇష్టం లేని పెళ్ళి ఇంట్లోకి వచ్చి, నా ఒంటి మీద వాలింద. అది తట్టుకోలేక రాత్రి ఇంట్లో నుండి ఒక పది లక్షలు బ్యాగ్ లో పెట్టుకొని ఎస్కేప్ అయ్యాను. కొన్ని రోజులు హైదరాబాద్ హిమాయత్ నగర్ లో ఫ్రెండ్ రూమ్ లో ఉన్నాను. తర్వాత సివిల్స్ ప్రిపరేషన్ కి ఢిల్లీ వెళ్ళి ఒక వారం రోజులకి APPDCL నుండి జాబ్ ఆఫర్ వచ్చింది. సో everything online లో కంప్లీట్ అయింది మరియు వాళ్ళకి inform కూడా చేసాను im ప్రిపెరింగ్ ఫర్ సివిల్స్ అండ్ ఒక 9 months తర్వాత జాయిన్ అవుతాను అని చెప్పిన బట్ వెరిఫికేషన్ కోసం ఒక్క సారి మీరు రావాలని inform చేసారు అందుకే ఈ సడన్ జర్నీ. బయం తోనే బయల్తేరాను వెళ్ళాకా వాళ్ళని రిక్వెస్ట్ చేద్దామనుకున్నాను ఇలా "హైదరబాద్ లో పోస్టింగ్ ఇస్తారాని" ఈ లోపు ధైర్యం గా మీరు కలిసారు. చెప్పు ఏం చేద్దాం?

సిద్ధార్థ్ వెంటనే ట్రైన్ ఎక్కి బ్యాగ్స్ అన్నిటిని బయటా పెట్టి అటు ఇటు చూస్తాడు.

ఉష : ఏంటి వెతుకుతున్నావ్?

సిద్ధార్థ్ అటు ఇటు చూసి ఇప్పుడు పసుపు తాడు ఇక్కడ దొరకడు అని అనుకోని. వెంటనే ఒక ఆలోచన వస్తది. అమ్మాయి చున్నికి ఉన్న దారం పూస తీసి, కురుకురే(kurukure) ప్యాకెట్ ఒపెన్ చేసి అందులో ఒక పిస్ తీసి ఆ దారం కి కట్టి అమ్మాయి మేడలో పసుపు తాడు గా కడుతాడు. అప్పుడు ఉష, సిద్ధార్థ్ ని గట్టిగా హగ్ చేసుకుంటుంది . తర్వాత వెంటనే ఇద్దరు ముందడుగు వేసేలోపే సిద్ధార్థ్ ఉష చెయ్ ని గట్టిగా పట్టుకొని "నాకూడా ఆరు నెలల ముందే పెళ్ళైంది" ఉష ఒక 5 నిమిషాలు అలానే నిల్చుంటుంది. ఆ తర్వాత ఇప్పుడెం చేద్దాం అని అడుగుతుంది. వెంటనే

సిద్ధార్థ్ : సందేశం ఇచ్చేలోపే,

ఉష : నమ్ముతున్నా మోసం చేయవని, వినే అంత టైం లేదు ఇప్పుడు. ఏం చేద్దాం చెప్పు?

సిద్ధార్థ్ : అందరి లాగా పారిపోయి, దాక్కోని బ్రతకడం వద్దు.

ఉష : మరి?

సిద్ధార్థ్ : నేరుగా నువ్వు మీ ఇంటికి వెళ్ళి మీ అమ్మకి . నాన్నకి , ని భర్తకి జరిగిందంతా చెప్పు, నేను కూడా మా ఇంటికి వెళ్ళి మా అమ్మకి , మా నాన్నకి , నా భార్యకి చెప్తాను.

ఉష : అంత ధైర్యం నాకు లేదు

సిద్ధార్థ్ : సరే, ఓ పంచేద్దం ఇద్దరం కలిసి ముందుగా మా ఇంటికి వెళ్ళి చెప్పేసి చూద్దాం. అక్కడ రియాక్షన్ బట్టి ఆలోచిద్దాం. ఏమంటావ్ ?

ఉష : ఒప్పుకోవడం చాలా కష్టం సరే, ok! చూద్దాం.

అంతే ఆ తర్వాత ఏం జరిగిందో తెలిదు. కాని రెండు సంవత్సరాలకి పాప పుట్టింది. ఆ పాపే ఇప్పుడు నీకు ఈ కథ చెప్తున్న అమ్మాయి. అంటే నువ్వు...

అవును నేను ఉష కూతుర్ని. అంటే ఇది జరిగి 25 సంవత్సరాలు అవుతుందా? ఆ అవును. అసలు ఏం జరిజరిందో తెలిదు నా అమ్మ, నాన్న మాత్రం ఉష, సిద్ధార్థ్ అని కచ్చితంగా చెప్పగలను ఎందుకంటే నా నాన్న పుస్తకం చదివాను. మరి ఆ పుస్తకం నీకు ఎక్కడ దొరికింది? ఓ రోజు గుత్తి స్టేషన్ లో నన్ను చుసిన ఆ కురుకురే(kurukure) షాప్ అతను నా దగ్గరికి వచ్చి మీరు సిద్ధార్థ్ కూతురా? అవును అన్నాను. అన్న వెంటనే ఆ పుస్తకం తెచ్చి ఇచ్చాడు. మరి అతన్ని అడగలేద ఆ రోజు ఎం జరిగిందని ? అడిగాను, నాకు ఏమి తెలిదు, 25 సంవత్సరాలు ముందు మా నాన్న ఉండే వాడు. మా నాన్న చనిపోయి 10 సంవత్సరాలు అవుతుంది. Actually రెండు పుస్తకాలు ఉండే, ఓ రోజు స్టేషన్ లో షాక్ సర్క్యూట్ అవ్వడం వల్ల ఒక పుస్తకం పూర్తిగా కాలిపోయిందని, ఈ ఒక్క పుస్తకం ఇచ్చాడు. అయిన ఆ కురుకురే(kurukure) షాప్ అతను చాలా గ్రేట్ అండ్ హాట్స్ ఆఫ్ ఎందుకంటే పుస్తకం మిద ఉన్న అబిమానమో లేకా ఆ రోజు జరిగిందంతా చూసి మానవత్వం తో పుస్తకాన్ని ఇప్పటి వరకు బద్రంగా ఉంచాడంటే నిజంగా మంచి మనుసున్న మనిషి. అవును. ఆ రోజు cctv ట్రై చేద్దామా ? హలో boss అది 1993. అవును కదా! నేను అన్ని విధాలుగా ట్రై చేశాను , ఏమి దొరకలే. ఇప్పుడు నువ్వు దీనికి "అక్కడ ఆ రోజు ఏమి జరిగుంటే నేను ఇప్పుడు, ఇక్కడ నీకు ఎలా పరిచయం అయ్యాను " అని అన్నదే నువ్వు రాయవలసిన సీన్ , ఏమి జరిగి ఉండచ్చు ? ఇది గనక నువ్వు రాస్తే మంచి రైటర్ గా గుర్తింపు వస్తది. చెట్టు కింద కూర్చొని రాస్తావ, చెట్టు పైన కూర్చొని రాస్తావ, చెట్టు కొమ్మల్లో కూర్చొని రాస్తావ ని ఇష్టం. ఇప్పుడే రాస్తాను అని ఇలా "ఆ రోజు బాంబ్ బ్లాస్ట్ అయి ఉంటుంది చాలా మంది చనిపోయి ఉంటారు. సో అలా మీ అమ్మ కుటుంబం , మీ నాన్న కుటుంబం అందరు చనిపోయి ఉంటారు అందులో మీ అమ్మ , నాన్న కి కూడా గాయాలు అయి ఉండొచ్చు. తర్వాత ఇద్దరు ఆ గాయాల నుండి కొలుక్సన్నాక కొన్ని రోజులకి మీ అమ్మ ప్రెగ్నంట్ అయింది. కాని ఇద్దరికే శరీరం లోపల గట్టి దెబ్బలు తాకడం వల్ల కొన్ని రోజుల తర్వాత రోజు రోజు కి బ్రైయిన్ లో మరియు గుండె లోపల నొప్పి అలా కొన్ని రోజులకి మీ నాన్న చనిపోయాడు. మీ అమ్మకి ముందే తెలుసు తను చనిపోతుందని కాని మీ అమ్మ మాత్రం నీ కోసం గాయాలని భరించి జన్మనిచ్చి , సంవత్సరం తర్వాత చనిపోయే ముందు తనే స్వయంగా మీ నాన్న మొదటి భార్య(కావేరి) చేతిలో పెడుతుంది. అవును ఆ రోజు మీ కుటుంబం , మీ నాన్న కుటుంబం మహాబూబ్ నగర్ లోని అలంపూర్ లో ఉన్న శ్రీ జోగులాంబ అమ్మవారిని దర్శించుకోవడానికి వెళ్తున్నారు. ఆ ప్రయాణం లో మీ నాన్న, అమ్మ కుటుంబం కలుసుకున్నారు. గుత్తి స్టేషన్ లో కావేరి ప్రేమించిన యువకుడు(పేరు బాలు) తో లేచిపోదాం అని ముందే ప్లాన్ చేసుకుంటారు. సో గుత్తి స్టేషన్ జంక్షన్ కాబట్టి ట్రైన్ చాలా సెపు ఆగుతుంది. బాలు తన చెల్లి తో వస్తాడు. నువెల్లి కావేరి ని ఫ్రెండ్ లాగా నటించి "ఏ కావేరి ఎక్కడికి వేళ్తునావ్ అని వాల్ల కుటుంబ సభ్యులతో మాటలు కలిపి కావేరిని ఇక్కడికి తీసుకొని రా " ట్రైన్ లో, స్టేషన్ లో ఉన్న passengers అందరు మరియు వీళ్ళతో పాటు మీ నాన్న వాళ్ళ అమ్మ, నాన్న మరియు మీ అమ్మ వాళ్ళ అమ్మ, నాన్న తాళికట్టే ముందు నుండి అంతా వీక్షించారు.

ఎందుకంటే అందరు పుస్తెలు, పసుపు కొమ్ము తో తాళి కడితే మీ నాన్న మాత్రం కొత్తగా kurukure తో తాళి కట్టాడు. అందుకే అందరు కొత్తగా, వింతగా చూసారు. అక్కడ జరిగింది ఇది. తర్వాత మీ అమ్మ నిన్ను కావేరి ని రిక్వెస్ట్ చేసి   వాళ్ళ కి అప్పుచెప్పేసి తను వెళ్ళిపోయింది. ఒక ఆరు నెలలకే కావేరి, బాలు కి అమెరికా లో జాబ్ రావడం వల్ల , నువ్వు వాళ్ళ కి బరువు అనుకోని నిన్ను అనాధ ఆశ్రమం లో వదిలిపెట్టి వెళ్ళారు. అనాధ ఆశ్రమం వాళ్ళ కి కూడా ఇబ్బంది గా మారింది ఎందుకంటే ఫండ్స్ రాకపోవడం వల్ల పిల్లలికి భోజనం పెట్టడానికి వచ్చే ఫండ్స్ సరిపోవట్లేదు. సో అలా కొంత మంది ఆడ పిల్లల్ని ఆశ్రమం మానేజ్మెంట్   ఇలా "ఆర్థిక స్తోమత బాగా ఉన్నవాళ్ళు దయచేసి కొంత మంది ఆడ పిల్లల్ని పెంచుకోమని మీడియా ద్వారా విన్నపం చేసుకున్నారు" అలా ఒకరి లో నువ్వు. నిన్ను దత్తకి తీసుకున్న కుటుంబం కూడా నువ్వు ఎదిగే కొద్ది వాళ్ళ ఆర్థిక పరిస్థితి కూడా సరిపోక నిన్ను అదే అనాధ ఆశ్రమంలో మళ్ళి వోదిలేసారు. అప్పటికి నీకు 13 సంవత్సరాలు. సో అలా ఆ తర్వాత నీకు నువ్వు మోటివేట్ చేసుకోని ఎదిగి ఇంత దూరం వచ్చాయి . నీకు హ్యాట్స్ ఆఫ్! చెప్పి
సరిపోతుంది కదా! నేను రాసింది ఆఫ్ అయిందా?
అమ్మాయి : అలానే షాక్ అయి చుస్తుంది.
అబ్బాయి : హలో , మేడం
అమ్మాయి : చాలా బాగా రాసావ్! అది ఒకెత్తయితే , నువ్వు నా గురించి రాసింది ఇంకో ఎత్తు . ఎందుకంటే నా గురించి నువ్వు చూసినట్టు , తెల్సినట్టు కరెక్ట్ గా రాసావ్! సూపర్!
సరే ఇప్పుడే వెళ్దాం పద ప్రొడ్యూసర్ దగ్గరికి లేట్ చెయ్యొద్దు నచ్చుతే ఇద్దరం కలిసి చెరో బీరేద్దాం నచ్చక పోతే రెండు బీర్లేద్దాం!
అబ్బాయి : వామ్మో !
అమ్మాయి : వామ్మో ఏంది , నడువు.

ప్రొడ్యూసర్ దగ్గరికి వెళ్ళి స్టోరీ క్లియర్ గా చెపుతాడు , బాగా నచ్చుద్ది . కాని ఒక ప్రశ్న అడుగుతాడు నేను నీకు ఎందుకు రచయితగా గుర్తింపు ఇవ్వాలని?
అబ్బాయి : సార్ ఒక govt కి మనం ఎవ్వరో తెలిదు, చుట్టం కాదు , పక్కం కాదు మొహం తెలియకుండానే ID కార్డు ఇచ్చి ఒక భారతీయ పౌరిడిగా గుర్తింపు ఇస్తుంది. అదేవిదముగా నాకు సాహిత్యం పైన ఉన్న గౌరావం , ప్రేమ , బాధ్యత నమ్మి ఇవ్వలేరా.

ప్రొడ్యూసర్ ఇది విని మెప్పించావ్ కుర్రవాడా ! వచ్చే నెలలో సినిమా మొదలు పెడుదాం అని అంటాడు.

ఇద్దరు కలిసి బయటికి వచ్చాకా అమ్మాయి అంటుంది ఇలా "ఇకేంది బీరేద్దమా? కళ్ళు తాగుదామా? బీరు తాగి బోర్దుదాం , ఎగురుదాం, కళ్ళు తాగి కై కై మందాం"చలో , చలో! పద!!!!

తల తీసుకొని రా!

అది 2020 సంవత్సరం మద్రాస్ నగరంలో ఇద్దరు ఇరవై ఆరేళ్ళ అమ్మాయిలు ఒక అమ్మాయి పేరు "హిమాలయ", ఇంకో అమ్మాయి పేరు "కులు మనాలి" పెద్ద కార్పొరేట్ కంపెనీ లో జాబ్ చేస్తారు. పుట్టి, పెరింగిందంత బెంగళూరు పక్కన చిన్న గ్రామం. సంవత్సరం కావస్తుంది 2021 జనవరి 26 రిపబ్లిక్ డే రోజు, ఆఫీస్ collegues అందరు కలిసి అందులో ఒక collegue మినిస్టర్ కొడుకైన పేరు "చైనా" ఇంటికి వెళ్తారు. ఈవెనింగ్ పార్టీ ఫుల్ ఎంజాయ్ చేస్తారు నైట్ 11:30 PM కి, అందరు వెళ్ళి పోతారు కాని ఇద్దరు అమ్మాయి లో హిమాలయ అనే అమ్మాయి చైనా కి చాలా క్లోజ్. సో అ నైట్ ఇద్దరు ఇష్టం తోనే సెక్స్ లో పార్టిసిపేట్ చేస్తారు. ఇది చుసిన కులు మనాలి ఫ్రెండ్ "ఎంటే ఇలా చేసావ్ ?నీకు ఇష్టమేనా ?అసలే వాడు పెద్ద వేస్ట్ నా కొడుకు. ఇష్టమే అంటే? ఎలా చెప్పాలి. ఆ టైం లో అలా జరిగిపోయింది అంతే. అమ్మకి తెలిస్తే ఎలా ఉంటది. ఇలా ఇద్దరు మాట్లాడుకుంటుంటే చైనా విని, దగ్గరికి వచ్చి "అస$ల్ నికేంటి ప్రాబ్లం మేము సెక్స్ లో పార్టిసిపేట్ చేస్తే" అప్పుడు కులు మనాలి అంటుంది నికేంటి ప్రాబ్లం మేమిద్దరం డిస్కస్ చేస్తుంటే. అలా ఇద్దరికీ మాట మాట పెరిగి చైనా పక్కన ఉన్న కత్తితో కులు మనాలి ని చంపేస్తాడు. ఇది చుసిన హిమాలయ కళ్ళు తిరిగి కిందపడుతుంది. చైనా వాటర్ తీసుకొని హిమాలయ కళ్ళల్లో కొట్టి లేపుతాడు. హిమాలయ, "కులు మనాలి" బాడీ ని చూసి చాలా ఏడుస్తుంది, హిమాలయ బయంతో వణికి పోతుంది, గట్టిగా అరుస్తుంది, చైనా ఆపు ఆపు అరవకు అని ఎంత చెప్పిన ఏడుస్తూ, అరుస్తూనే ఉంటుంది. అదే కత్తి తీసుకొని చైనా ని పొడవడానికి ప్రయత్నిస్తుంది హిమాలయ. ఇంకేముంది చైనా కోపం తో అదే కత్తి తో హిమాలయ ని చంపేస్తాడు. MP కొడుకు కదా దాడికి చెప్పి రెండు డెడ్ బాడీ ని మేనేజ్ చేపిస్తాడు. కాని ఒక వన్ హౌర్ ముందే చైనా, ఇంట్లో పని మనిషికి పేరు నేపాలీ ఇల్లు క్లీన్ చేసి వెళ్ళ మన్నాడు. సో ఇది జరిగిందంతా కళ్లారా చూస్తుంది నేపాలీ . బెడ్ రూమ్ లో హిమాలయ హ్యాండ్ బ్యాగ్ లో ఉన్న ID కార్డ్స్ అన్నిటిని తీసుకొని అక్కడనుండి మెల్లగా జారుకుంటుంది. మరుసటి రోజు వెంటనే పని మనిషి ID కార్డ్స్ పట్టుకొని బెంగుళూరు వెళ్తుంది. ముందు జాగ్రతగా ఆ రోజు వేరే వాళ్ళ ని పని మనిషిగా పంపిస్తుంది. మధ్యాహ్నం 2 గంటలకి నేపాలీ బెంగుళూరు చేరుకుంటుంది. అక్కడ నుండి మరో 60 కిలోమీటర్ బస్ లో హిమాలయ ఇంటికి చేరుకుంటుంది.

నేపాలీ : మీరు హిమాలయ వాళ్ళ అమ్మ (బాగుమతి) కదు

బాగుమతి: అవును మీరెవరు ?

నేపాలీ మొత్తం వివరిస్తుంది. ఇది విన్నాక బాగుమతి బోరున ఏడుస్తుంది. వెళ్ళి పోలీస్ కేసు పెడుదాం అని అంటుంది బాగుమతి, అప్పుడు నేపాలీ పెట్టిన ఏం ప్రాయోజనం ఉండదు ఎందుకంటే వాడు ఒక మినిస్టర్ కొడుకు , చాలా కష్టం. అవును కులు మనాలి ఎవ్వరు ? ఆ అమ్మాయికి ఎవ్వరు లేరు నేనె పెంచుకుంటున్నాను. మరి ఏం చేద్దాం అని బాగుమతి అడుగుతుంది.

నేపాలీ : నేను వచ్చింది మానవత్వం తో ఒక సాటి మనిషిగా మీకు విషయం చెప్పడానికి మరియు ధైర్యం ఇవ్వడానికి. మీరేం దిగులు పడకండి నేను వెళ్ళి వాడి తల తీసుకొని వస్తా.

బాగుమతి : అవును నీకెందుకు ఇంత శ్రమ

నేపాలీ : ఓ రోజు నా కూతురు కి ఆక్సిడెంట్ అయి కాలు విరిగి హాస్పిటల్ లో అడ్మిట్ అయింది కాని ఆపరేషన్ కి డబ్బులు సరిపడా లేకుంటే నా కూతురు ఫ్రెండ్స్ కి కాల్ చేసి డబ్బులు అడిగాను అందరు ఫ్రెండ్స్ , ఫ్రెండ్స్ కి కాల్ చేసి హాస్పిటల్ కి వచ్చి డబ్బులు ఇచ్చారు అందులో మీ కూతురు వచ్చి 50,000 ఇచ్చింది మంచి మనుసుతో. విశ్వాసం తో వచ్చిన, ఎప్పుడు సహాయాన్ని మర్చిపోను, సాయం చేసిన మనుషులను మరువను. కుక్కలకి ఉంటుంది విశ్వాసం ఇంకా మనుషులకి ఇంకెంతుండాలి. ఒక్కటి చెప్పాలా ఈ రోజుల్లో సాయంకి విలువ లేదు.

బాగుమతి : కరెక్ట్ గా చెప్పారు

నేపాలీ : అమ్మ నేను వెళ్లి వాడి తల తీసుకొని వస్తా మీరు దైర్యం గా ఉండండి.

బాగుమతి : ఒక్క నిమిషం వాడు అందం గా ఉంటె వాడి తలని ఇంట్లో షో కేస్ గా పెట్టుకుంటా, వికారంగా ఉంటె ఇంటి బయటా ద్రిష్టి బొమ్మగా పెట్టుకుంటా . కాని ఎక్కడ పెట్టిన వాడి తల పైన రోజు ఉమ్ము కుంటూ బ్రతుకుతా. వెళ్లి రా !

నేపాలీ ఊరు నుండి బెంగుళూరు చేరుకుంటుంది రోడ్ క్రాస్ చేసేటప్పుడు ఆక్సిడెంట్ అవుతుంది వెంటనే పక్కన వాహనధారుడు ఆంబులెన్స్ కి కాల్ చేసి, హాస్పిటల్ లో అడ్మిట్ చేస్తాడు.డాక్టర్ బ్రతికే అవకాశాలు తక్కువ అని చెపుతాడు, ఇది విన్న నేపాలీ (తన కూతురికి ఫోన్ చేద్దామంటే మొబైల్ పైన ఉన్న drainage లో పడిపోతుంది). ఫోన్ నంబర్స్ ఏమి గుర్తుకు రావు. ఆ అబ్బాయి ని పిలిచి ఒక ఉత్తరం రాయమంటుంది ఇలా :

"ఎవరైన దమ్ము, ధైరం ఉన్న మనిషి ఈ కింద ఉన్న address కి వెళ్లి చైనా అనే అబ్బాయి ది తల నరికి తల మొత్తమే తీసుకొని ఈ కింద ఉన్న address కి వెళ్లి ఇచ్చేసి వస్తారా". ఇది చదివిన సహాయ చర్యుడు బయానికి గురవుతాడు. సరే అని అక్కడ నుండి వెళ్లి పోతాడు. బయటికి వెళ్ళాక ఉత్తరాన్ని చెత్త కుప్పలో పడేస్తాడు. మునిసిపాలిటి వచ్చి చెత్తని తిసుకేళ్ళుంది. గాలికి ఆ ఉత్తరం, వెనకాలా వస్తున్న స్కూల్ వ్యాన్ లో స్టూడెంట్స్ అందరు చదువు కుంటారు అందులో ఒక స్టూడెంట్ పుస్తకంలో పడుతుంది అటు ఇటు చూస్తూ పేపర్స్ ని తిరిగేస్తాడు చూడకుండానే పుస్తకాన్ని క్లోజ్ చేసి బ్యాగ్ లో పెడుతాడు. క్లాస్ రూమ్ లో home వర్క్ కోసం ఒక అమ్మాయి కి ఇస్తాడు. ఆ అమ్మాయి ఇంటికి వెళ్ళాక పుస్తకం ఓపెన్ చేసిన వెంటనే ఆ ఉత్తరం ఫ్యాన్ గాలికి ఎగిరి పోయి వాళ్ళ నాన్న కాళ్ళ దగ్గర పడుతుంది అతను పోలీస్ ఆఫీసర్ DSP . ఆ ఉత్తరాన్ని చూసి షాక్ అవుతాడు. వెంటనే కూతుర్ని అడుగుతాడు , ఈ పుస్తకం ఎవ్వరిది? మా క్లాస్ మేట్ ది అని చెపుతుంది. ప్రొద్దున్నే స్కూల్ కి వెళ్లి ఆ స్టూడెంట్ ని అడుగుతాడు, ఏమో తెలిదు సార్ అని చెపుతాడు. ఈ పుస్తకం ఇంకెవరికైనా ఇచ్చావా ? అ మొన్న శ్రీధర్ కి ఇచ్చాను సార్ . వెల్లి అతన్ని అడుగుతాడు , నేను తీసుకున్నప్పుడు పేపర్ లేదు సార్ అని చెపుతాడు . సో నిన్ననే ఏదో జరిగి ఉండాలి . వెంటనే ఆ DSP అ స్టూడెంట్ ఎక్కడ నుండి వస్తాడు , అక్కడ నుండి అన్ని CC cams ని చెక్ చేస్తారు ఇంకెముందు హాస్పిటల్ వెళ్లి ఆ నేపాలీ ని కస్టడీ లోకి తీసుకుంటారు అంటే హాస్పిటల్ లోనే ఎంక్వైరీ చేస్తారు. DSP వెంటనే చెన్నై కంట్రోల్ రూమ్ కి ఇన్ఫర్మేషన్ పంపిస్తాడు విత్ ఫాక్స్(FAX). ఈ న్యూస్ న్యూ ఢిల్లీ లో ఉన్న మినిస్టర్ కి సమాచారం అందిస్తారు. డిపార్ట్మెంట్లో అనుమానాలు తలెత్తుతాయి. మినిస్టర్ కొడుకు కాబట్టి inform చేస్తారు డిపార్ట్మెంట్ కి హై అలర్ట్ అనౌన్స్ చేస్తారు. మినిస్టర్ ఇల్లు మొత్తం సెక్యూరిటీ తో బందోబస్త్ గా టైట్ చేస్తారు. కాని చైనా ఇంట్లో ఉండడు సిటి outskirts లో తన గెస్ట్ హౌస్ లో ఉంటాడు. డాడి కాల్ చేసి ఎక్కడ ఉన్నావ్? నువ్వు ఇంట్లోనే ఉన్నావ్ కదా ! కాని చైనా తాగినా మత్తులో అవును డాడ్ అని చెప్పి ఫోన్ కింద పడి స్విచ్ ఆఫ్ అవుతుంది. ఒక పది నిమిషాల ముందు చైనా తన గర్ల్ ఫ్రెండ్ కి కాల్ చేసి గెస్ట్ హౌస్ కి రమ్మని చెప్పాడు . కాని చైనా గర్ల్ ఫ్రెండ్ ప్లేస్ లో నేపాలీ వాళ్ళ కూతురు వెళ్తుంది (అవును నేపాలీ బెంగుళూరు బయల్దేరేటప్పుడు తన కూతురికి చెపుతుంది ఇలా " బిడ్డ ఒక వేల నేను రేపటి కల్ల రాలేక పోతే నువ్వు వాడి తల నరికి, ఆ తల తీసుకొని జాగర్తగా హిమాలయ ఇంటికి చేర్చే బాధ్యత నీదే " అని చెప్పి వెళ్తుంది. సో అప్పుట్టుండి చైనా ని ఫాల్ చేసి చివరికి తన గర్ల్ ప్లేస్ లో గెస్ట్ హౌస్ చేరుకుంటుంది. సెక్యూరిటీ కూడా గర్ల్ ఫ్రెండ్ అనుకుంటాడు శివంగి లోపలికి వెళ్లేసరికి వాడు పడుకోనే ఉంటాడు . శివంగి నెమ్మదిగా బెడ్ పైకి ఎక్కి వాడి కాళ్ళు కట్టేసి , తర్వాత చేతులు కట్టేసి నోట్లో గుడ్డ పెట్టి, పక్కన మిగిలి ఉన్న మందు తీసుకొని వాడి కళ్ళలో కొట్టి లేపుతుంది. వాడు కళ్ళు తెరిచి చూసి, ఎవ్వరు నువ్వు? అని తల ఉపుకుంటూ అడుగుతాడు. నేను శివంగిని రా! అయితే నాతో నికెంటి ?ఎందుకు కట్టేసావ్? రిపబ్లిక్ డే రోజున నువ్వు హిమాలయ , కులు మనాలి ఇద్దర్ అమ్మాయిలని చంపి డెడ్ బాడీస్ ని దొరకకుండ చేసారు. చైనా తల ఉపుతాడు నోట్లో గుడ్డ తీయ్యమని, తీసాక వాళ్ళు నీకు ఏమవుతారు? నేను వాళ్ళకి ఏమవుతానో , వాళ్ళు నాకు ఏమవుతారో నీకు అనవసరం . ఇప్పుడు, ఇక్కడ నేను నిన్ను చంపాలని అన్నదే అవసరం. వెంటనే నోట్లో గుడ్డ పెట్టేసి. తన బ్యాగ్ లో నుండి తల్వార్ తిసినాక , అది చుసిన చైనా బయం తో
చైనా : తల ఉపుకుంటూ ఇలా ఇలా అంటాడు ,

శివంగి : అర్థం చేసుకొని, ఎంటిరా? నువ్వు నేరం చేసావని ఒప్పుకొని, లొంగిపోతావా?

చైనా : అవును ఒప్పుకుంటాను

శివంగి : అరేయ్ మీరు ధర్మాన్ని గాడి తప్పించి ఆ ధర్మాన్ని పట్టలేక్కిస్తారు.

నేను న్యాయం కోసం కోర్టు మెట్లు ఎక్కను, ఎందుకంటె ఆ కోర్టులో అధర్మాన్ని నిలబెట్టి , ధర్మాన్ని అనిచివేస్తారు.

అందుకే ఇప్పుడు, ఇక్కడ ఈ నాలుగు గోడలా మధ్య నేను చెప్పిందే ధర్మం నేను చేసిందే న్యాయం.

శివంగి : తల్వార్ తీసి వాడి తల నరికి , ఆ తలని ఒక క్లాత్ లో కట్టి , సూట్ కేసులో పెట్టి, వాడి మొండాన్ని బాత్రూమ్లో western టాయిలెట్ పైన కూర్చోబెట్టి, శివంగి వేరే బాత్రూం కి వెళ్లి ఫ్రెష్ అయి వచ్చి డ్రెస్ చేంజ్ చేసుకొని సూట్ కేసు ని పట్టుకొని సెక్యూరిటీ గార్డ్ దగ్గరికి వెళ్లి మీ సార్ గారు నన్ను మెయిన్ రోడ్ వరకు డ్రాప్ చేయమన్నారు అని కార్ కీస్ ఇచ్చి డ్రాప్ చేస్తాడు. రిటర్న్ వచ్చి లోపలికి వెళ్లి డోర్ కొడుతాడు కాని నో రెస్పాన్స్ వీడు ఎప్పుడు తాగుడే అని మనుసులో అనుకొని వెళ్ళి పోతాడు. సెక్యూరిటీ గార్డ్ కి మినిస్టర్ కాల్ చేసి అడుగుతాడు చైనా ఉన్నాడా? ఉన్నాడు కాని డోర్ ఓపెన్ చేయట్లేదు, ఎవరైన వచ్చారా ? ఒక అమ్మాయి వచ్చింది సార్ , ఒక 15 నిముషాలు అవుతుంది వెళ్లి. మినిస్టర్ కి అనుమానం రావడంతో గెస్ట్ కి పోలీసులను పంపిస్తాడు ఫైగా గోప్యంగా ఉంచమని చెపుతాడు. ఎంత కొట్టినా డోర్ ఓపెన్ అవ్వదు సో బద్దలు కొట్టి లోపలికి వెళ్తారు. బెడ్ లో మొత్తం బ్లడ్, బాత్రూం డోర్ ఓపెన్ చేస్తే మొండెం మంచిగా కూర్చొని ఉంటుంది టాయిలెట్ పైన. అది చుసిన పోలీసులు షాక్ అయి వెంటనే అల్ కంట్రోల్ రూమ్ కి ఇన్ఫర్మేషన్ పంపిస్తారు ఆల్ చెక్ పోస్ట్ , రైల్వే స్టేషన్ , బస్ స్టేషన్ అన్ని చోట్ల సెక్యూరిటీ. (ఇక్కడ ట్విస్ట్ ఏంటంటే చైనా ఎ స్వయంగా CC కామేరాస్ ని ఆఫ్ చేస్తాడు ఎందుకంటే గర్ల్ ఫ్రెండ్ వస్తే రికార్డు అవుతుందని.) ఆలРెడి శివంగి తాంబరం స్టేషన్ లోనే ట్రైన్ ఎక్కి దాదాపు కాట్పాడి చేరుకుంటుంది. తను కూర్చున్న బోగి పైన మరియు క్రిటికి పక్కన కాకులు , గ్రద్దలు వచ్చి అరుస్తుంటాయి. మిగుతా ప్రయాణికులు ఆచర్యపోతారు. శివంగి కి అర్థమైపోతుంది ప్రకృతి గుర్తుపట్టింది అయితే పోలీసులు కూడా ట్రేస్ చేస్తున్నారు. నెక్స్ట్ స్టేషన్ లో దిగి పోవాలే అనుకునే లోపే సడన్ గా క్రాసింగ్ కోసం ట్రైన్ అగుద్ది. అడ్డ దారిలో పోదామని ఆలోచిస్తది కాని దిగిపోతే కాకులు , గ్రద్దలు పట్టుకుంటాయి, దిగక పోతే పోలీసులు పట్టుకుంటారు . ఇప్పుడేం చేద్దామని క్రిటికి బయటా చూస్తే కొంచం దూరంలో ఒక వాహన దారుడు సిగిరెట్ తాగుతుంటాడు. ఇదే మంచి అవకాసం అనుకొని బాత్రూం కి వెళ్లి చీర కట్టుకొని వెత్తుంది చీర కట్టులో చాలా అందం గా ఉంటుంది. ట్రైన్ దిగేసి అతని దగ్గరికి వెళ్లి లిఫ్ట్ ఇస్తారా అని అడుగుతుంది , అతడు అమ్మయిని చూసి లిఫ్ట్ తో పాటు గిఫ్ట్ కూడా ఇస్తాను అని మనుసులో ఆకుంటాడు.

వాహన దారుడు : ఎక్కడికి వెళ్ళాలి ?

శివంగి : నువ్వేకడికి వెళ్ళాలి ?

వాహన దారుడు : లిఫ్ట్ అడిగింది ఎవ్వరు ?

శివంగి : నడిపేది ఎవ్వరు ?

వాహన దారుడు : ఏంటి ఏది మాట్లాడిన ఉల్టా మట్లడుతుంది అని మనుసులో అనుకుంటాడు.

శివంగి : వెంటనే మీ పేరెంటి ?

వాహన దారుడు : కాసి

కాసి : మరి మీ పేరు? శివంగి అని చెప్పి , వెళ్దామా నాకు లేట్ అవుతుంది.

కాసి : సరే ! అవును మీరు ఎక్కడికి వెళ్ళాలి ?

శివంగి : బెంగుళూరు

కాసి : ఇక్కడనుండి ఎలా వెళ్తారు ?

శివంగి : ఎ, మీరు సాయం చేయలేరా ? ఒక ఆడ పిల్లకి

కాసి : మనుసులో "ఏంటి మనకి సిగ్నల్ ఇస్తుందా" వెంటనే చేస్తాను అని అంటాడు

శివంగి : కొంచం దూరం పోయాక , బైక్ ఆపమని చెప్పి, హెల్మెట్ ఇస్తారా అని అడుగుతుంది.

కాసి : ఎందుకు ? బైక్ డ్రైవ్ చేస్తారా?

శివంగి : ఒక సారి ఇచ్చి మీరు కళ్ళు మూసుకోండి . హెల్మెట్ లో, సూట్ కేసు లో నుండి తల తీసి హెల్మెట్ లో పెడుతుంది. పెట్టి ఇప్పుడు కళ్ళు తెరవచ్చు .

కాసి, శివంగిని చూసి షాక్ అవుతాడు. ఇదేంటి ఇప్పటికిప్పుడే గుండు ఎలా చేసుకున్నావ్ ?

అంటే? విగ్గు పెట్టుకున్నావా ? అవును , డ్రెస్ కూడా చేంజ్ చేసావ్ ! అంటే, చీర లోపల T - shirt అండ్ pant ఉందా ?నువ్వు సూపర్ , అస్సల్ ఎక్కడ నుండి వస్తునారు ? ఇవన్ని తర్వాత చెప్తాను , నన్ను బెంగుళూరు లో మీ బుల్లెట్ బండి పైన డ్రాప్ చేయండి కావాలంటే మీకు డబ్బులు ఇస్తాను. సరే అని ఇద్దరు బయల్దేరుతారు, శివంగియే బైక్ నడుపుతుంది కాని శివంగి మాత్రం హెల్మెట్ కాసి కి ఇవ్వదు. మార్గ మధ్యలో ఒక హెల్మెట్ కొని ఇస్తుంది కాసి కి. ఇంకో 50 కిలోమీటర్ లో బెంగుళూరు వస్తుంది అనగా, పోలీస్ చెక్ పోస్ట్ .

పోలీస్ : RC , లైసెన్స్ , పొల్యూషన్, ఇన్సూరెన్స్ , NOC అడుగుతాడు

కాసి : అన్ని చూపిస్తాడు ఒక NOC తప్ప.

పోలీస్ : అన్ని చెక్ చేసి పంపిచెస్తారు కాని ఆ హెల్మెట్ ని మాత్రం పెట్రోల్ ట్యాంక్ పైనే పెడుతుంది,శివంగి. ఆ హెల్మెట్ ని చూసి హెల్మెట్ తలకి పెట్టుకొని బైక్ నడుపు అని చెప్పి , వెళ్ళమంటాడు, పోలీస్. నిజంగా పట్టుకోవలసిన పోలీస్ రక్షక బటులే ఆమెను రక్షించారు. ఇకముందు అడ్డ దారిలో ఊరికి చేరుకుంటుంది. ఆల్రెడీ పోలీస్ జాగిలాలతో వేట మొదలు పెట్టారు ఆ న్యూస్ మొత్తం స్ప్రెడ్ అయిపోతుంది అన్ని చానల్స్ , సోషల్ మీడియా , youtube లోను అన్నిట్లోనూ లైవ్. శివంగి, బాగుమతి ముందు మోకాళ్ళ మీదా నిల్చుని హెల్మెట్ లో నుండి తల తీసి కాళ్ళ దగ్గర పెట్టి (ఇది చుసిన కాసి కళ్ళు తిరిగి కిందపడతాడు) శివంగి, బాగుమతి తో ఇలా " అమ్మ మీ కూతురు చేసిన సాయం కి ఋణం తీర్చుకున్న" కొన్ని మంచి నీళ్ళు తాగి వెళ్ళి పోతుంది..

కాసి ని నువ్వేకడివే వెళ్ళు అని చెప్పి , శివంగి మాత్రం అక్కడ నుండి మారు వేషం లో సన్యాసి ఆశ్రమం కి వెళ్ళి అక్కడ వాళ్ళ కి అంత వివరిస్తుంది కొన్ని ఆధారాలు కూడా చూపిస్తుంది. ఇది విన్ను సన్యాసి పెద్దలు అంగీకరించి శివంగిని సన్యాసిలో చేరడానికి అనుమతి ఇస్తారు. కాని నువ్వు ఉన్నసిన రోజులు గోప్యంగా ఉండాలి , ఎవ్వరికీ కనపడకూడదు, సరే అంటుంది. ఒక వారం రోజుల తర్వాత, ప్రొద్దున్నే జాగిలాలు తో జాడా పట్టి పోలీసులు జాగింగ్ చేసుకుంటూ ఆశ్రమం లోకి అడుగుపెడుతారు ఇకముందు , ఆ తర్వాత ఏం జరిగింది ?

తరువాయి బాగం!

తప్పు చేసిన వాడే బాక్గ్రౌండ్ తోని బ్యాక్ డోర్ నుండి వస్తాడు, అదే తప్పు చేయని వాడు "వాడి గుండె వాడికి ధైర్యం, వాడి నిడే వాడికి బాక్గ్రౌండ్.

"తిరుపతి కొండెక్కినంతా మాత్రనా ఎదుగావని కాదు, అది నీ భ్రమ:
ఒకటి గుర్తుపెట్టుకో ఇంటికి వెళ్ళా లంటే కొండ దిగే వేళ్లాల్లి"

"తగ్గించుకో గర్వం, పెంచుకో గౌరవం!"

"సాకులు చెప్పుకుంటూ కాదు, సీదా గా బ్రతుకు"

"సానుభూతి తోని కాదు శ్రమ తోని బ్రతుకు"

"ప్రతి మనిషికి గుండె ఎలా ఉంటుందో, ప్రతి మనిషిని ద్వేషించే వాడు కచ్చితంగా
ఒకడు ఉంటాడు"

" ఇంటికి యజమాని ఒక్కడే,

మనిషికి గుండె ఒక్కటే,

ఆటలో విజయం ఒక్కడే,

దేశానికి రాజు ఒక్కడే,

అందరికి దేవుడు ఒక్కడే,

నీకు నువ్వు ఒక్కడివే,

ఏదైనా ఒక్కడితోనే మొదలు, ఒక్క అడుగుతోనే ఆరంభం"....

జై హింద్!

www.ingramcontent.com/pod-product-compliance
Lightning Source LLC
Chambersburg PA
CBHW061327120726

48001CB00002B/734

* 9 7 9 8 8 8 5 5 5 4 8 9 3 *